சுமித்ரா

மலையாள மூலம் : கல்பட்டா நாராயணன்

தமிழில் : கே.வி.ஷைலஜா

சுமித்ரா	:	நாவல்
மலையாள மூலம்	:	கல்பட்டா நாராயணன்
தமிழில்	:	கே.வி. ஷைலஜா
	:	© ஆசிரியருக்கு
முதற்பதிப்பு	:	டிசம்பர் 2013
இரண்டாம் பதிப்பு	:	ஆகஸ்ட் 2015
அட்டை முகப்பும், உள் ஓவியங்களும்	:	ஓவியர் சீனிவாசன்
வெளியீடு	:	வம்சி புக்ஸ் 19 டி.எம்.சாரோன், திருவண்ணாமலை - 606 601 செல் : 9445870995, 04175 - 235806
அச்சாக்கம்	:	மணி ஆப்செட், சென்னை - 600 077
விலை	:	₹ 100/-
ISBN	:	978-93-80545-68-4

Sumithra	:	Novel
From Malayalam	:	Kalpatta Narayanan
In Tamil	:	K.V. Shylaja
	:	© Author
First Edition	:	December 2013
Second Edition	:	August 2015
Cover Design & Illustrations	:	Painter Srinivasan
Published by	:	Vamsi books 19 D.M.Saron, Tiruvannamalai - 606 601 9445870995, 04175-235806
Printed at	:	Mani Offset, Chennai - 600 077
Price	:	₹ 100/-
ISBN	:	978-93-80545-68-4

vamsibooks@yahoo.com * www.vamsibooks.com

என் சொல்லும் எழுத்துமான
மகள் **சுகானாவுக்கு...**

கல்பட்டா நாராயணன்

கேரள மாநிலம், வயநாடு மாவட்டத்திலுள்ள கல்பட்டாவுக்கு அருகில் "கோட்டத்தர" எனும் கிராமத்தில் 1952 ஜனவரியில் பிறந்தார்.

கேரளத்தில் பல்வேறு அரசு கலை கல்லூரிகளில் ஆங்கில பேராசிரியராக பணிபுரிந்துள்ளார்.

மூன்று கவிதைத் தொகுப்புகள் இரு இலக்கிய விமர்சன நூல்கள், உட்பட பல நூல்கள் வந்துள்ளன.

இந்தியா டுடே, மாத்யமம், சந்திரிகா முதலிய இதழ்களில் பத்தி எழுதியுள்ளார். மலையாள மனோரமாவில் புதபக்ஷம் எனும் தலைப்பில் பத்தி எழுதி வருகிறார்.

'இத்ரமாத்திரம்' என்ற இவரது நாவல் சுமித்ரா என்று மொழிபெயர்க்கப்படுகிறது.

தந்தை - சங்கரன் நாயர். தாய் - நாராயணி அம்மாள், மனைவி - ராதா, மகன்கள் - பிரபுல்லசந்திரன், சரத்சந்திரன்.

கே.வி. ஷைலஜா

கேரளாவைப் பூர்வீகமாகக் கொண்ட ஷைலஜா தமிழ்நாட்டில் திருவண்ணாமலையில் வசிக்கிறார். பாலச்சந்திரன் சுள்ளிக்காடின் சிதம்பர நினைவுகள் மூலம் மொழி பெயர்ப்பாளராகத் தமிழுக்கு அறிமுகமானவர். தொடர்ந்து என்.எஸ். மாதவனின் சர்மிஷ்டா, கெ.ஆர்.மீராவின் சூர்ப்பனகை, மம்முட்டியின் வாழ்வனுபவங்களான மூன்றாம் பிறை என்ற மொழிபெயர்ப்பு புத்தகங்களும் பச்சை இருளனின் சகா பொந்தன்மாடன், தென்னிந்தியச் சிறுகதைகள் என்ற இரு தொகுப்பு நூல்களும் வந்திருக்கின்றன.

தமிழின் நல்ல இலக்கியங்களை பதிப்பிக்கும் முயற்சியில் வம்சி புக்ஸ் என்ற பதிப்பகத்தை நடத்துகிறார்.

கணவர் - பவா செல்லதுரை, மகன் - வம்சி, மகள் - மானசி.

வாழ்க்கையின் வேஷம்

எஸ். ராமகிருஷ்ணன்

மனிதர்களின் வாழ்க்கை மரணத்துடன் முடிந்து விடுவதில்லை போலும். மரணம் உடலின் இருப்பைத்தான் முடித்து வைக்கிறது. சாவிற்கு அப்புறம் மனிதர்கள் நினைவுகளாக வாழ்ந்து கொண்டிருக்கிறார்கள்.

எந்த நினைவுகளை விலக்கியும், வெறுத்தும், ஒதுக்கி வைத்தார்களோ அந்த நினைவுகளில் ஒன்றாக அவர்களும் உருமாறிப் போகிறார்கள், கொதித்து ஆவியாகி வான் உயர்ந்து சென்று, பின்பு குளிர்ந்து மழையாகி, உறைந்து பனியாகி, வெயில் கண்டு உருகி மீண்டும் தன் இயல்பிற்குத் தானே திரும்பிவிடுகிறது தண்ணீர். மனித இருப்பும் அப்படித்தான். மனிதனின் பிறப்பும் இறப்பும் தண்ணீரால் தான் நடைபெறுகிறது.

சுமித்ராவின் முதல் குளியலும் கடைசிக்குளியலும் அவளுக்கு நினைவிருக்காது. குளிப்பது சுமித்ராவின் முக்கிய வேலை. அவள் குளிப்பதில் அதிக விருப்பமுள்ள ஸ்திரீயாக இருக்கிறாள். அது வெறும் தண்ணீரோடு உள்ள உறவு மட்டுமில்லை. அவளது மனம் சதா தூய்மையும் சுத்தமும் வேண்டிக் கொண்டிருக்கிறது. நடப்பு உலகமும் உறவுகளும் அவளைத் தொடர்ந்து மாசுபடுத்திக் கொண்டேயிருக்கிறது. அதை அவள் எதிர்ப்பதில்லை. மாறாக தண்ணீரின் வழியே தன்னைத் தூய்மைபடுத்திவிட முடியும் என்று நம்புகிறாள். ஒரு தாதியைப் போல தண்ணீர் அவளைத் தேற்றுகிறது. தண்ணீரோடு பெண்களுக்கு உள்ள உறவு ஆண்களால் ஒரு போதும் புரிந்து கொள்ளபட முடியாதது.

மற்றவர்கள் நினைவில் நாம் என்னவாக இருக்கிறோம் என்பது எவ்வளவு மர்மமான புதிர். சுமித்ராவைப் பற்றிய நினைவுகள் அவளது மரணத்தின் சந்நதியில் பீறிடுகின்றன. ஆமாம் அது ஒரு சந்நதியே தான். பயமும் புனிதமும் ஒன்று சேரும் இடம் சாவு வீடு.

சாவு வீட்டில் ரோஜா மலர்கள் அதன் சுகந்தத்தை இழந்துவிடுகின்றன. உணவு அதன் ருசியை இழந்துவிடுகிறது. மனிதர்கள் தனது இயல்பை இழந்துவிடுகிறார்கள். ஊதுபத்தியின் புகைகூட துக்கத்தின் வாசனையாகி விடுகிறது.

துக்கம் என்ற சிறு சொல் எவ்வளவு எடைகூடியது. அது கரைக்கமுடியாத ஒரு பாறையைப்போல அல்லவா பறிகொடுத்தவரின் மனதில் ஏறி நிற்கிறது. ஆனாலும் அந்தப் பாறை காலஓட்டத்தில் உப்பாக இளகி கரைந்து போய்விடுகிறது. எந்த துக்கமும் மனித வாழ்வை முற்றாக முடக்கிவிடுவதில்லை. மனிதர்கள் வாழ்வதில் விருப்பமுள்ளவர்கள். சகல நெருக்கடிகளுக்குள்ளும் பசி அவர்களை உந்தித்தள்ளி வாழ்வதற்கான எத்தனிப்பை மேற்கொள்ளச் செய்கிறது. இந்த நாவல் மரணத்தை முதன்மைப்படுத்திய போதும் வாழ்தலின் நெருக்கடியைத் தான் அதிகம் கவனப்படுத்துகிறது.

மரணத்தில் கூட ஆணுக்கும் பெண்ணுக்கும் பேதமிருக்கவே செய்கிறது. அழுகையின் கதியும் மாறுபடுகின்றன. பெண் இறப்பின் போது, மண்சுவரில் பெய்யும் மழை போல நினைவுகளைக் கரைத்துக் கொண்டு ஓடுகிறது அழுகை. அதுவே ஆணின் மரணத்தில் தகரத்தில் பெய்யும் மழை போல உரத்த ஒப்பாரி, ஓங்கிய அழுகை. அங்கே நினைவுகள் கரைவதில்லை. மாறாகத் தெறித்து விழுகின்றன. மயானம் பெண்களின் காலடி படாத உலகம்.

சுமித்ரா இறந்துவிட்டாள். இந்த ஒரு வரி தான் மொத்த நாவல். இந்த ஒற்றை வரிக்குப் பின்னால் ஒரு பெண்ணின் முழு வாழ்க்கை அடங்கியிருக்கிறது. சுமித்ராவின் குடும்பம், கணவர், மகள், அவளது இயல்புலகம், அவளோடு அன்பைப் பகிர்ந்து கொண்டவர்கள்,

அவளுடன் பழகிய மனிதர்கள், அவளைப் புரிந்துகொள்ளத் தவறியவர்கள், அவளது மரணத்தின் முன்பாகத் தன்னை உணர்ந்து கொண்டவர்கள், அவள் இருந்தபோது அடையாத முக்கியத் துவத்தை மரணத்தின் வழியே அடைவதைக் காண்கிறவர்கள் என பலரது நினைவுகளின் வழியே சுமித்ரா பீறிடத் துவங்குகிறாள்.

கல்பட்டா நாராயணன் ஒரு கவிஞர். அதிலும் இருத்தலின் வலியை உணர்ந்த சிறந்த கவிஞர். அதனால்தான் நினைவுகளை இவ்வளவு கூர்மையாக, உச்சமாக அவரால் மீட்ட முடிந்திருக்கிறது. இவற்றை சுமித்ராவின் நினைவுகள் என்று தனித்து, பிரித்துவிட முடியாது. சுமித்ரா இந்த நினைவுகளுக்கு முக்கியக் காரணமாக இருந்திருக்கிறாள். விளக்கின் சுடர் தன்னை எரித்துக் கொண்டு ஒளிர்வதைப் போல.

இறந்தவர்கள் பொய் சொல்வதில்லை என்று அகிரா குரசேவாவின் ரோஷமானில் ஒரு வசனம் இடம் பெறுகிறது. அது பொய் என்பதை இறந்த பலர் இன்றுவரை உறுதி செய்து கொண்டேயிருக்கிறார்கள். வரலாற்றில் பாதி இறந்தவர்கள் சொல்லும் பொய்கள் தானே.

சாமான்ய மனிதனின் மரணம் உலகின் கண்களைப் பொறுத்தவரை ஒரு சம்பவம். ஒரு இலை உதிரல். அவ்வளவே.

மகாபாரதத்தில் யட்சன் கேட்கும் கேள்விக்கு பதில் சொல்ல வந்த யுதிஷ்ட்ரன், உயிரினங்கள் தினந்தோறும் இறந்து கொண்டே இருப்பதைப் பார்த்தும்கூட, மனிதர்கள் தங்களுக்கு மரணமில்லாதது போல் நினைத்துக் கொண்டு வாழ்கிறார்களே - அதுதான் ஆச்சரியம் என்கிறான். அந்த பதிலைச் சொல்லும்போது யுதிஷ்ட்ரன் மனம் ஒரு நிமிஷம் மரணத்தைப் பற்றி யோசித்துதானே கடந்து வந்திருக்கும்.

மரணம் ஆச்சரியமானதிற்கான முக்கியக் காரணம் சாவு என்பது நமக்கு ஒரு சொல். ஒரு துண்டித்தல். ஒரு உதிர்தல். காலத்திலிருந்து அகாலத்திற்குள் செல்லும் பயணம். விடைபெறல் அவ்வளவே.

பகல் மறைந்து இரவு வரும்போது கண்முன்னே இருந்த காட்சி துண்டிக்கப்படுவது போல மரணத்தை எளிய நிகழ்வாகவே

பொதுமனம் கற்பனைச் செய்துக் கொள்கிறது. மரணத்தை வலியுறச் செய்வது முடிக்கப்படாமல் விட்டுப்போன காரியங்கள், ஆசைப்பட்டு நிறைவேறாமல் போன எண்ணங்கள், பகிர்ந்து கொள்ளப்படாத ரகசியங்கள், கரைந்து போக மறுக்கும் தருணங்கள் அவ்வளவே. அவை மரணத்திற்கு நீண்ட கருநிழலை உண்டாக்கிவிடுகின்றன.

மரணத்தின் சந்நதியில் அதிக நேரம் நிற்பதற்கான திராணி மனிதர்களிடம் குறைந்து கொண்டே வருகிறது என்றொரு வரியை கல்பட்டா தனது நாவலில் எழுதியிருக்கிறார். அது முக்கியமான உளவியல் பதிவு. மரணவீட்டில் நிற்பதற்கான தைரியமற்றுப் போவதற்கான காரணம், மர்மமான அமைதி மற்றும் அழுகை. அந்த அழுகை இறந்தவரின் பொருட்டு மட்டுமில்லை. அது ஒரு நினைவூட்டல். தனக்கும், தன்னைச் சுற்றிய உலகிற்குமான நினைவூட்டல்.

கல்பட்டாவின் நாவல் தஸ்தாயெவ்ஸ்கியின் புனைவு எழுத்தின் மரபில் உருவானது. **The Meek One** என்று ஒரு சிறுகதையை தஸ்தாயெவ்ஸ்கி எழுதியிருக்கிறார். இறந்துபோன மனைவியின் முன்னால் உட்கார்ந்தபடியே அவளைப் பற்றிய நினைவுகளை பகிர்ந்து கொள்ளும் ஒருவனைப் பற்றிய கதையிது. இந்த நாவலுக்கும் அக்கதைக்கும் ஒரு தொடர்பும் இல்லை. ஆனால் மரணத்தின் முன்பு மனிதர்கள் தோற்றுப் போய்விடுகிறார்கள் என்ற உண்மையை இருவருமே அவரவருக்கான கதைமொழியில் முன்வைக்கிறார்கள் என்பதுதான் பொது ஒப்புமை.

கல்பட்டாவின் இந்த நாவலோடு நினைவில் வந்து போகும் இன்னொரு நாவல் சம்பத்தின் இடைவெளி. ஆனால் சம்பத்தின் தினகரன் மரணம் குறித்த தேடுதலில் ஈடுபடுகிறான். அவனை ஆட்டுவிப்பது எதிர்பாராமை. அது மரணத்தின் வழியே தன்னை வெற்றி கொள்வதை அவனால் தாங்கிக் கொள்ள முடியவில்லை. அந்த நாவலில் கூட தினகரனின் மனைவி மரணத்தைப் பெரிய விஷயமாகக் கருதுவதில்லை என்று ஒரு வரி இடம் பெற்றிருக்கிறது.

பொதுவாக, பெண்கள் மரணம் குறித்த அதிகம் பயம் கொள்பவர்களில்லை. ஆண்கள் தான் அதிகம் பயப்படுகிறார்கள். காரணம் அதுவரை அவர்களின் அதிகாரத்தில் இருந்த உலகம் கண்முன்னே கைநழுவிப் போய்விடுகிறதே என்ற பதைபதைப்பு. சுமித்ரா வாழும் போது பல தருணங்களில் சாவைப் பற்றி தனியாக நினைத்துப் பார்த்திருப்பாள். அது பெண்களுக்கு ஒரு விளையாட்டு. பேச்சில், கோபத்தில் அடிக்கடி சாவைப்பற்றி சொல்லிக் காட்டுவது உண்டு.

சுமித்ராவின் மரணம் அவளது அன்றாட உலகில் இருந்து அவளைத் துண்டிக்கிறது. அவளுக்கு விருப்பமான நிலத்தில், வீட்டில், பழங்கலத்தில் இருந்து அவளைத் துண்டிக்கிறது. அவள் தனக்குப் பிடித்தமான பசுக்களிடமிருந்தும், ப்ரிய மனிதர்களிடமிருந்தும் அறுந்து போகிறாள். அது ஒன்றும் அவள் வரையில் பெரிய விஷயமில்லை. பிரிவின் வலியை அறிந்து பழகியவள் தானே. இன்மையை இருப்பதைப் போல பெண்கள் எப்படி ஏற்றுக் கொள்கிறார்கள் என்ற புதிரைத் தான் இந்த நாவல் ஆராய்கிறது.

கல்பட்டா நாராயணன் கதையை நீட்டி வளர்த்துக் கொண்டு செல்லவில்லை, மாறாக சிதறடிக்கிறார். ஒற்றைக் கதையில் இருந்து எண்ணிக்கையற்ற கதைகளை நோக்கி நகர்த்திப் போகிறார். கம்பளம் நெய்பவன் தனித்தனி நூல்களைக் கொண்டு ஒரு பூவை, மயிலை, கம்பளத்தில் உருவம் கொடுப்பதைப் போன்ற அரிய பணியிது. அதை எத்தனை அழகாக, கவித்துவமாக, உணர்ச்சிபூர்வமாக செய்திருக்கிறார் என்பதில் தான் இந்த நாவல் வெற்றிபெறுகிறது.

சிறிய நாவல் என்றாலும் இதை ஒரே மூச்சில் வாசித்துவிட முடியாது. உண்மையில் இந்த நாவலை பத்து பத்து பக்கமாகவே வாசித்தேன். வாசிக்க வாசிக்க காரணமற்ற துக்கம் மனதை கனக்க செய்துவிடுகிறது. கோட்டோவியர்கள் ஒற்றைக்கோட்டில் முழு குதிரையின் உருவத்தை வரைந்துவிடுவதைப் போல ஒரு வரியில்

ஒரு கதாபாத்திரத்தின் முழு அனுபவத்தையும் தந்துவிடுகிறார். அது கல்பட்டாவின் சிறப்பு.

பயணம், நோயுறுதல், மறக்கமுடியாத ரகசியங்கள், இச்சைகள் என நாவலெங்கும் கடந்தகாலத்தின் குமிழிகள் பறந்து கொண்டிருக்கின்றன. ஆண்கள் மிகவும் பயந்தவர்கள் என்று நாவலில் மாதவி சுமித்ராவிடம் சொல்கிறாள். அது நிஜம் என்பது வாசுதேவன் போன்ற மனிதர்களின் வழியாகத் தெரிகிறது.

சுமித்ராவிற்கு உலகிடம் அதிகமான புகார்கள் இல்லை. அவளுக்கு வாய்த்த வாழ்க்கையை விட வேலைக்காரியாக உள்ள எளிய பணிச்சியின் வாழ்க்கை பிடித்திருக்கிறது. அந்த வாழ்க்கையை அவள் ரசிக்கிறாள். உள்ளுக்குள் அப்படி தானும் வாழ்ந்துவிட விரும்புகிறாள். சுமித்ராவின் கவலை அவள் மகளைப் பற்றி மட்டுமே.

அம்மாவின் சாவிற்கு வந்த மகள் அனுசுயா திடீரென ஒரு முறை தாயை முத்தமிடுகிறாள். இதுவரை பெற்ற முத்தங்களுக்கான விடைபெறல் போலவே அந்த முத்தம் அடையாளப் படுத்தப்படுகிறது.

நாவல் முழுவதும் கல்பட்டாவின் கவித்துவமான வரிகள் தூய வெளிச்சமாக ஒளிர்கிறது. குறிப்பாக,

யார் இப்படி அழுவது என கவனமாக படத்திலிருந்து கவனிக்கும் அப்பாவைப் பார்த்ததும், அவர் இறந்த அன்றைய நாளைவிட அதிக துக்கத்துடன் புருஷோத்தமனுக்கு அழுகை வந்தது.

காமம் மனசைத் தீண்டியிராத மனிதரின் பக்கத்தில் உட்காரும் போதுள்ள எல்லையில்லாப் பாதுகாப்பை தாசனோடு பழகும்போது பெண்கள் உணர்ந்தார்கள்.

வயதான கோமாளிகளின் கோமாளித்தனம் நடிப்பதற்காக அல்ல. அது வாழ்க்கைக்கானது என்பது வேதனையைத் தந்தது.

மிருகக்காட்சி சாலைகளோ, சர்க்கஸோ எப்போதும் அவரை வேதனைப்படுத்தின. இதற்கும் மேலான அநாதைகளை அவர் எங்கும் பார்த்ததில்லை.

அனுசூயா வந்தவுடன் பிணம் மீண்டும் சுமித்ராவாக ஆனது.

உடன் அழுவது மேலும் சுலபம், ஒன்றாய் நடந்து மலையேறுவது போல. மலையேறுகிறோம் என்றே தெரியாது.

என்பது போன்ற அற்புதமான வரிகள் நாவலின் கதைப்போக்கிற்குள் ஒரு அனுபவத்தையும் தனித்து வாசிக்கையில் மேலதிகமான மனஎழுச்சியையும் தருகின்றன.

ஷைலஜாவின் மொழிபெயர்ப்பு மிக சரளமாக, மூலத்தின் கவித்துவத்திற்கு நிகராக, அதே நேரம் மலையாள எழுத்துக்கே உரிய தனிச்சொற்கள், பிரயோகங்களுடன் வந்திருக்கிறது. தேர்ந்த வாசிப்பும் இலக்கிய ரசனையும் கொண்டவர் ஷைலஜா என்பதை இந்த மொழிபெயர்ப்பின் வழியே நன்றாக உணர முடிகிறது, அவருக்கு என் மனம் நிறைந்த பாராட்டுகள்.

கல்பட்டா நாராயணின் இந்த நாவலுக்கு குகை ஓவியங்களின் சாயலில் கோட்டோவியங்களை வரைந்திருக்கிறார் ஓவியர் சீனிவாசன். நாவலின் முகப்பு அட்டையும் சீனிவாசன் வரைந்த ஓவியமே. சீனிவாசனின் கோடுகள் அழுத்தமாக கதாபாத்திரங்களின் மனவலியைப் பேசுகின்றன. கரைந்து போய் அரூபமாகும் சுமித்ராவின் உருவத்தை சீனிவாசன் முகப்போவியமாக அற்புதமாக வரைந்துள்ளார். சீனிவாசனுக்கும் என் மனம் கனிந்த பாராட்டுகள்.

கல்பட்டா நாராயணனின் இந்நாவல் தமிழுக்கு மிகவும் புதியதொரு கதை சொல்லும் முறையை, எழுத்துவகையை, புதிரும் கண்ணீரும் நிரம்பிய பெண்களின் அகவுலகை அறிமுகம் செய்துவைக்கிறது. அவ்வகையில் இதை வாசிக்கும் தமிழ் வாசகர்கள் கொடுத்து வைத்தவர்கள்.

••••

மரணத்தின் சந்நதியிலிருந்து...

மதியநேரம். வெகுநாட்களுக்குப் பிறகு தன் மகனுடன் வீட்டிற்கு வந்த ஜெயமோகனோடு உணவு மேஜையில் உட்கார்ந்து பேசிக் கொண்டிருந்தோம். உணவின் இடையிலும் ஜெயமோகன் பேசிக் கொண்டேயிருந்தார். மலையாளத்தில் கல்பட்டாவின் 'இத்ர மாத்ரம்' என்ற நாவல் வெளிவந்திருக்கிறது. மிக நுட்பமான நாவல் என்று சொன்னவர், அதன் ஒரு வரியையும் சொன்னார். காலை நடைபயிற்சிக்கு போய்விட்டு கணவன் திரும்பிவருவதற்குள் இறந்து போன மனைவியிடமிருந்து அந்த நாவல் தொடங்குகிறது. "அவளுடன் ஒன்றாயிருந்த உலகத்தில் இன்னும் கொஞ்ச நேரம் சேர்ந்து வாழ அவருக்கு வாய்த்தது." என்ற இந்த வரி என்னை உறைய வைத்தது. அப்புத்தகத்தைத் தேட ஆரம்பித்து ஒரு மாதத்திற்குப் பின் கிடைத்தது.

வாசிக்க ஆரம்பித்து, தொடர்ந்த பத்து நாட்களும் சொல்ல முடியாததொரு மனநிலையிலிருந்தேன். சுமித்ராவும் வயநாட்டு மக்களும் என்னை முழுவதுமாய் ஆகர்ஷித்திருந்தார்கள். கல்பட்டாவின் கவித்துவமான நடையும், மிக எளிமையான கதை சொல்லும் பாணியும், அதே சமயம் அந்த எளிய மனிதர்கள் நம் மனதில் ஏற்படுத்திச் செல்லும் பாதிப்பிலும், வயநாட்டின் குளிரிலும், காப்பி பூக்களின் மணத்திலும் லயித்திருந்தேன்.

அம்மனநிலையினூடே திருவண்ணாமலைக்கு கிறிஸ்துமஸை ஒட்டி வந்த கல்பட்டாவும், ஜெயமோகனும் மொழி பெயர்த்த நாவலை வைத்து சுமார் எட்டு மணி நேரம் விவாதித்தோம். அது மிகப் பெரிய அனுபவமாக யாருக்கும் வாய்க்காத வாய்ப்பாக இருந்தது. மூல எழுத்தாளருடனும், தமிழில் நான் மிகவும் மதிக்கும்

படைப்பாளிகளில் ஒருவரான ஜெயமோகனுடனும் உட்கார்ந்து விவாதித்த அந்த எட்டு மணிநேரங்கள் நீண்ட அவ்வுரையாடல், நாவலில் மேலும் சில நுட்பங்களை எனக்குத் தெளிவுபடுத்தியது.

இத்தனை அடர்த்தியான நாவலுக்கு ஒரு முன்னுரை எழுதித்தரச் சொல்லி என் நண்பர் எஸ். ராமகிருஷ்ணனிடம் கேட்டிருந்தேன். அவர் எந்த புத்தகத்திற்கும் இதுவரை முன்னுரை எழுதியதில்லை என்று எனக்குத் தெரியும். ஆனால் அவரும், ஷைலஜா கேட்டுட்டாங்க, அப்புறம் நான் இல்லன்னு சொல்ல முடியுமா பவா? என்று பவாவிடம் சொல்லியிருக்கிறார். அந்த தொலைபேசி உரையாடலின் தொடர்ச்சியாக நீண்ட முன்னுரையை உடனே அனுப்பியும் வைத்துவிட்டார். இந்த நாவல் நானே மொழிபெயர்த்தது போல இருந்தது. அதனால், அதன் நீட்சியாக எழுதுவது போலவே முன்னுரையும் எழுதிவிட்டேன் என்று ராமகிருஷ்ணன் என்னிடம் சொன்னதை என் மொழிபெயர்ப்புக்குக் கிடைத்த அங்கீகாரமாகவே கருதுகிறேன்.

இப்புத்தகத்தை மொழிபெயர்த்துக் கொண்டிருந்த நாட்களில் தன் புத்தக வேலைக்காக திருவண்ணாமலை வந்திருந்த ஓவியர் சீனிவாசன் எனக்கு தன் ஓவியப் புத்தகத்தைத் தந்தார். அதன் முதல் புரட்டலிலேயே என் மொழிபெயர்ப்பு நாவலுக்கான ஓவியத்தை அதில் அவர் புதைத்து வைத்திருந்தது எனக்குத் தெரிந்தது. முழுக் கதையைச் சொன்னால் மட்டுமே ஒரு ஓவியனால் அந்த வார்த்தைகளுக்கு முழு சித்திரத்தைத் தன் தூரிகை கொண்டு தீட்ட முடியும். ஆனால் நண்பர் சீனிவாசன், பூவுக்குள் ஒளிந்திருக்கும் பனித் துளி போல தன் ஓவியத்தை, எனக்காக என் சுமித்ராவை வைத்திருந்தார். சிறு யோசனையோடும் மிகுந்த உரிமையோடும் நான் அதை அவரிடம் என் புத்தக முகப்புக்குக் கேட்டபோது ஒரு குழந்தையின் துள்ளலோடு தனக்குக் கிடைத்த பாக்கியம் என்று குதூகலித்தார். தொடர்ச்சியாக மேலும் மேலும் உற்சாகமாய் மொத்த நாவலுக்கும் தானே உள் ஓவியங்களைத் தருவதாகச் சொல்லி, சென்னைக்குப்போய் மூன்று நாட்கள் தொடர்ந்து என் மெயில்

பாக்சை தன் மிக அற்புதமான, நேர்த்தியான ஓவியங்களை நிறைத்துக் கொண்டேயிருந்தார்.

நண்பர்கள் எஸ். ராமகிருஷ்ணனுக்கும் சீனிவாசனுக்கும் நன்றி.

இந்த நாவல் மொழிபெயர்ப்பின் போது என்னுடனே இருந்து சக மொழிபெயர்ப்பாளராய் பயணம் செய்த மகள் சுகானாவுக்கும், கதை சொல்லவும் அவர்களோடு விளையாட அழைத்தும் நான் எழுதிக் கொண்டிருப்பதை உணர்ந்து தனியே விளையாடிய மகன் வம்சிக்கும், மகள் மானசிக்கும் மொத்த நாவலையும் படித்து நுட்பமான பல கருத்துக்களைப் பகிர்ந்த பவாவுக்கும், புத்தகத் தயாரிப்பில் பெரிதும் உதவிய பாலாஜி, உத்ரா, ஜெயஸ்ரீ, பின்னிமோசஸ், மோகனா, சிந்துபாரதி, சௌக்கத், ஷெர்லிம்மா (வயநாடு) என எல்லோருக்கும் என் பிரியமும் நன்றியும்.

எளிமையான அன்போடு,

ஷைலஜா
kvshylajatvm@gmail.com
9444867023

யக்ஷன் : இந்தப் பூவுலகின் மிகப்பெரிய வியப்பு என்ன?

யுதிஷ்ட்ரன் : ஒவ்வொரு நாளும் மனித வாழ்வு முடிந்து மக்கள் யமனின் கோட்டைக்குள் போய்க்கொண்டே இருக்கிறார்கள். ஆனாலும் இந்த பூலோகத்தில் எஞ்சி இருப்பவர்கள் தங்களுக்கொன்றும் நஷ்டமில்லையென்றும், இங்கே நிலையாக நாம் தங்கிவிடுவோமென்றும் நினைக்கிறார்கள். இதைவிட வியப்பு என்ன இருக்கிறது!

(ஆரண்ய பருவம் - மகாபாரதம்)

ஈயின் ரீங்காரம்

மிகவும் பிரியத்துடன் எப்போதும் தன்னைத்தானே இறுக்கிப் பிடித்தபடி தான் சுமித்ரா தூங்குவாள். இடது கையை மார்பில் வைத்து, வலது கையை வயிற்றின் குறுக்கே வைத்து... அவள் உறக்கத்தில் முற்றிலும் ஆழ்ந்து... பார்ப்பவர்களுக்கு உள்ளே வந்து அவளைத் தொந்தரவு செய்ய வேண்டாம், நன்றாகத் தூங்கட்டும் என்று சொல்லத் தோன்றும். அனுசூயாவிற்கோ அம்மாவின் இந்த சுகமான நித்திரையைப் பார்க்கும் போதெல்லாம் பாதுகாப்பற்ற உணர்வு ஏற்பட்டு, அன்றே ஹாஸ்டலுக்குத் திரும்ப வேண்டுமென்ற எண்ணம் வரும்.

இறந்துகிடந்த போதும் சுமித்ரா அப்படியேதான் படுத்துக் கிடந்தாள். கைகளை விரித்து நீட்டி உடலோடு சேர்த்து வைக்க வேண்டுமா என யோசித்தாலும் வாசுதேவன் அவளுடைய ஆழ்ந்த உறக்கத்தின் இயல்பைக் கெடுக்கவில்லை. அவர் வீடு வந்து சேருவதற்குள் சில்லிடத் தொடங்கியிருந்த உடல் எந்த மாற்றத்தையும் அனுமதிக்கவுமில்லை. அவருடைய வழக்கமான காலை நடைபயிற்சி முடிவதற்குள் காலை உணவு வேலைகளை முடித்து வைக்கும் பழக்கமுள்ள சுமித்ரா இன்று தன் வாழ்வினை முடித்துவைத்திருந்தாள். பாத்திரங்களைக் கழுவி மூடியிருந்தாள். பூளக்கொல்லி பகுதியில் குறிச்சியர்களின் சிறிய அணைக்கட்டில் நெற்றியில் பொட்டுள்ள மீன்கள் உதயத்தின் சிவந்த ஒளியில் துள்ளி மிளிர்வதைப் பார்த்தபடி வழக்கத்தை விட அன்று அதிக நேரம் நின்றிருந்தார். அது அவளுடன் ஒன்றாயிருந்த உலகத்தில் இன்னும் கொஞ்சநேரம் சேர்ந்துவாழ அவருக்கு வாய்த்தது.

தனியாக, இருவராக, நான்கு பேராக, கூட்டம் கூட்டமாக ஆட்கள் வரத்தொடங்கியபோது, முதல் நிமிடங்களில் இருந்த உற்சாகத்தை இழந்து இயல்பற்றுப் போய் வீட்டின் பின்புறம், பழங்கலத்தின் மூலையில் அவர்கள் வீட்டு நாய் படுத்துக் கொண்டது. காப்பிச் செடிகளுக்கிடையிலும், வாசலிலும், திண்ணையிலும் ஆட்கள் மெதுவாக நிறைந்தார்கள். குளிராக இருப்பதால் வெயிலுக்கும், வெயில் சுட ஆரம்பிக்கும்போது நிழலுக்குமாய் மாறி மாறி நின்றார்கள். கார்த்திகை மாதத்தின் வயநாட்டு வெயிலைத் தாங்க முடியாமல் முகம் பொரிந்த ஆட்கள் முணுமுணுக்கத் தொடங்கினார்கள். வந்தவர்களில் பலரும் பழுத்த மிளகை மிதித்த ரத்தநிறக் கால்களைப் பொறுமையிழந்து தேய்த்துக் கொண்டு இருந்தார்கள்.

இவர்களுக்கு நடுவில் உள்ளே கோரைப்பாயில் வெள்ளைக் கோடி போர்த்தி, நீண்டு நிமிர்ந்து, மரணத்தோடு மிக நன்றாகப் பொருந்திப் போன முகத்துடன் படுத்திருக்கும் இந்த முப்பதெட்டு வயது பெண்ணைச் சுற்றி பறந்து கொண்டிருக்கும் ஈயின் ரீங்காரம் அவளுக்குக் கேட்டிருக்குமா? அவள் மரணம் தந்த அழுகையின் அடர்த்தி குறையத் தொடங்கியிருந்தது. அழுகையினூடான உரையாடலில் சில சொற்களாவது புரியத் தொடங்கின. பேச்சு அவளைப் பற்றி மட்டுமின்றி பொதுவாகவும் மாற ஆரம்பித்தன. சுற்றிலும் உட்கார்ந்திருந்தவர்களுக்கு தாகமெடுக்கவும், சிறுநீர் கழிக்கவும், ஒரே மாதிரி உட்கார்ந்திருந்ததில் கால்கள் மரத்துப் போகவும் செய்தன. அவள் இயல்பற்றதாக மாற்றிய அன்றைய நாளோடு அவர்களுக்குக் கொஞ்சம் கொஞ்சமாக எரிச்சல் கூடியது. ஒவ்வொருவரும் மெல்ல மெல்ல தாங்களாக மாற ஆரம்பித்தார்கள்.

சரண்

ஏழு வயதில் தான் புருஷோத்தமன் அம்மாவிடம் அல்லாது வேறொரு அன்பின் ருசியை உணர்ந்தான். அப்பாவை மணிப்பால் மருத்துவமனைக்கு அம்மாவும், சித்தப்பாவும், அண்ணனுமாகச் சேர்ந்து கொண்டு போனபோது புருஷுவை சுமித்ராவின் வீட்டில் விட்டுவிட்டுப் போயிருந்தார்கள். சட்டென யாருமில்லாத குழந்தையாய் மாறிய அவனை எல்லோரும் உள்ளவனாக மாற்ற ஒரு முழுப் பகலை எடுத்துக் கொண்டாள் சுமித்ரா. மதியம் பக்கத்தில் உட்கார்ந்து சாதத்துடன் துவையல் சேர்த்து பிசைந்து பிசைந்து ஊட்டிவிட்டாள். அவள் கையில் தன் பல் பட்டுவிடக் கூடாதென அவன் வாயை பெரிதாகத் திறக்க வேண்டியிருந்தது. அப்போதெல்லாம் சுமித்ராவும் அனிச்சையாய் தன் வாயை சற்றே திறந்து திறந்து ஊட்டினாள். நாக்கில் பட்டவுடன் உள்ளே இறங்கிவிடும் ருசியோடு சாப்பாடு இருந்தாலும் அவன் மெல்ல மென்று கொண்டேயிருந்தான். அயிலை கருவாட்டைத் தக்காளி சேர்த்து சமைத்ததை அன்று சரியாக சாப்பிடாமல் இருந்தது பின்னாட்களில் பசித்த போதெல்லாம் அவன் நினைவில் வந்து ஏக்கத்தைத் தந்தது.

அப்போதெல்லாம் மைசூர் தக்காளி வயநாட்டிற்கு வந்திருக்கவில்லை. மக்கள் எப்போதாவதுதான் காய்கறி வாங்க கடைக்குப் போவார்கள். 'பச்சை', 'பச்சை', என்று உச்சி வெயில் தணிந்து இரண்டரை மணி வரை பச்சை அயிலை மீனை பெரு இலையில் பொதிந்து பெரிய கூடையில் வைத்து விற்க, கொண்டு வந்தாலும் கூட கருவாடுதான் வயநாட்டு மக்களின் முக்கிய ருசியாக இருந்தது. பாக்கு மட்டையில் பொதிந்து மாதக் கணக்கில் அதைப்

பத்திரப் படுத்தினார்கள். அயிலைக் கருவாட்டைத் தக்காளி சேர்த்து சமைக்கும் இந்த சாப்பாடு இவ்வளவு ருசியுடன் இருக்குமென்று அவன் அறிந்திருக்கவில்லை. ஆனாலும் மாலைவரை அவன் அதில் கரையவில்லை. தவிட்டில் புதைத்து வைத்த ஆலங்கட்டி போல விரைப்பாகவே இருந்தான். வயநாட்டில் மழைக்காலத் துவக்கத்தில் ஆலங்கட்டி கற்களாக விழ ஆரம்பிக்கும். தன்பாட்டில் மேய்ந்து கொண்டிருக்கும் பசுக்கள் தங்கள் முதுகில் சுளீரென விழும் ஆலங்கட்டிகளை ஏற்று வான் நோக்கி கத்த ஆரம்பிக்கும். குழந்தைகள் முதுகில் விழும் கற்களின் வலியைப் பொருட்படுத்தாமல் ஆலங்கட்டி கற்கள் பொறுக்கி அது கரையாமலிருக்க தவிட்டில் புதைத்து பாத்திரத்தில் போட்டு வைத்தார்கள். மாலை மங்கின நேரத்தில் சிறிய மணைப்பலகையில் கை மாற்றி மாற்றி கவிழ்த்து வைத்து கவனமாய் அவன் நகங்களை அவள் வெட்டினாள். ஓரங்களில் பிளேடு பட்ட நகங்களின் கூர்மையை மெல்ல தேய்த்துச் சீராக்கினாள்.

எண்ணெய் தேய்ப்பதற்காக கால்சட்டையின் மேலாக துண்டைக் கட்டிய பிறகு கால்சட்டையை உள்ளேயிருந்து உருவி, அவனிலிருக்கும் ஆணிடம் அவள் காட்டிய மரியாதை அவனுக்கு மிகவும் பிடித்திருந்தது. நொடிக்கிடையில் அவன் வளர்ந்தான். அவனுக்கு முகத்தில் எண்ணெய் தேய்ப்பது பிடிக்காத செய்கையாக இருந்தது. எப்போதும் சுமித்ரா அதற்கு அவனிடம் அனுமதி கேட்டது பிடித்திருந்தாலும் வேண்டாம் என்றுதான் சொன்னான். எண்ணெய் தடவும் விரல்களின் ஸ்பரிசம், அம்மா பால் கறக்கும்போது தண்ணீர் தொட்டு பசுவின் காம்பில் தடவுவது போல, காது மடலில் எஞ்சி வாழ்நாள் முழுக்க மனதில் தங்கிய ப்ரியமாய் மாறிப்போனது. அதிகாலைக் குளிரில் செம்பு நிறைய இளம் சூட்டுடன் இருக்கும் தண்ணீரையே அம்மா எடுத்துக்கொள்வாள். குளிர்ந்த நீராக இருந்தால் காம்பில் சொட்டும் பால் உள்ளுக்கு இழுத்துக் கொள்ளுமாம்.

அவள் எண்ணெய் தேய்ப்பதிலிருந்த நிதானம் அவன் அகத்தைத் தொட்டது. இனியும் நிதானமாக்கினால் தான் உடைந்து அழுதுவிடுவோம் என்பதும் அவனுக்குப் புரிந்தது. இதற்கிடையில் அவன் சுமித்ராவுடன் ஒட்டி நின்றிருந்தான். கொதிக்கும் உலைக்கு அரிசி போடவோ, வெளியிலிருந்து கூப்பிட்ட குரலுக்கு பதில் கொடுக்கவோ சுமித்ரா எழுந்து போனால் கூட பிறகு எப்போதுமே பிரிந்துவிடுவோம் என்ற பாதுகாப்பின்மை உணர்வு அவனுள் எழுந்தது. இரவில் கதிர் அடிப்பவர்களுக்கு தேநீருடன் கொடுக்க வேகவைத்த சீமை சேப்பங்கிழங்கில் பெரியதாகப் பார்த்துப் பொறுக்கி தென்னங்குச்சியில் கோர்த்து சுமித்ரா அவனுக்கும் அனுசூயாவிற்கும் கொடுத்தாள். இரவு உணவில் கோதுமைப் பாயசம் இருந்தது. அம்மாவிடம் அவனுக்குப் பிடித்தமானவற்றைக் கேட்டுத் தெரிந்து வைத்திருந்தாள். மேல் அறையில் ஜன்னலுக்குப் பக்கத்தில் படுக்கையைத் தரையில் விரித்து அவனும் பக்கத்தில் அவனை விட மூன்று வயது இளையவளான அனுசூயாவும் கடைசியில் சுமித்ராவுமாகப் படுத்தார்கள். கீழே களத்தில் நெல் மிதிக்கும் பணியர் குழந்தைகள் மெல்ல பாடிக் கொண்டிருப்பார்கள். தாளம் அறுபடாமல் மாடுகளை ஏவினார்கள். காலையில் எழுந்து பார்த்தபோது அவன் நெஞ்சில் கால்போட்டு அனுசூயா தூங்கிக் கொண்டிருப்பாள். தூக்கத்தில் கனம் அதிகரித்த கால்கள். உன் கால்களுக்கு ஒன்றரை துலாம் கனமிருந்தது என்று நன்றாகப் பழகிய பிறகு அவன் அனுசூயாவிடம் சொன்னான்.

மூன்று வாரங்களுக்குப் பிறகு அம்மாவும், மிக மோசமான உடல்நிலையோடு அப்பாவும் வந்து சேர்ந்தபோது இவர்கள் இத்தனை சீக்கிரம் வந்திருக்க வேண்டியதில்லை என்று புருஷோத்தமனுக்குத் தோன்றியது. அதற்குப் பிறகான நாட்களில் அவன் வெகு நேரம் சுமித்ராவின் வீட்டிலும் கொஞ்ச நேரமே தன் வீட்டிலுமிருந்தான். 'உனக்கு ரெண்டு குழந்தைகளா?' என காவி உடையணிந்து பழனிக்குப் பிரார்த்தித்து வீட்டு வாசலில் வந்து நின்ற கிழவி சுமித்ராவிடம் கேட்டது அவனுக்கு மனதில் பதிந்துவிட்டது.

*பழங்கலத்தில் அரிசி இடித்துக் கொண்டோ, நெல் குத்திக் கொண்டோ இருக்கும் சுமித்ராவுக்குத் துணையாக சாணமிட்டு மெழுகி அழகாக்கின மூங்கில் படலில் சாய்ந்து நிற்பான். நெல்குத்துவதற்கு *பணிச்சி காளியோ, கருப்பியோ இருந்தால் எப்போதும் சுமித்ராவின் கைகள் அவனுடைய முடியில் அளைந்து கொண்டிருக்கும். அவன் அம்மாவிடமும், எட்டரை மணிக்கு அவர்கள் வீட்டு வாசல் வழியே பள்ளிக்குப் போகும் சங்கரகுருப்பு வாத்தியாரிடமும் கூட சுமித்ரா புருஷோத்தமனுக்காகப் பரிந்து பேசுவாள்.

"அவனுக்கு உடம்புக்கு முடியாமதான் சார் ஸ்கூலுக்கு வரல. வரப்பிடிக்காம இல்ல" என்று அவன் சொல்ல நினைத்ததைச் அவள் சொல்வாள்.

கல்லூரியில் அவன் பேராசிரியருக்குக் கூட அம்மா எழுதுவது போல் சுமித்ராதான் கடிதம் எழுதினாள். 'புருஷோத்தமனுடைய அப்பா இறந்து விட்டார். இரண்டு வாரங்களுக்கு அவனால் கல்லூரிக்கு வர முடியாது. தயவுசெய்து அவனுக்கு விடுமுறை கொடுக்க வேண்டும். மிகவும் தாழ்மையுடன் அம்மா.' என்று எவ்வளவோ நாட்களாக பயன்படுத்தாத தன் ஆங்கிலத்தில் கடிதமெழுதி உறையிலிட்டு போஸ்ட் பண்ண அவனிடமே கொடுத்து நெற்றியில் முத்தமிட்டு அனுப்பினாள்.

அப்பாவின் புகைப்படத்தை பெரிதாக்கி சுவரில் மாட்டுவதற்காக கொண்டுவந்த போது, தன் வீட்டிற்கு ஓடிப்போய் ஆணியும் சுத்தியும் எடுத்து வந்து புகைப்படத்தை மாட்ட உதவினாள் சுமித்ரா.

---

* பழங்கலம் - நெல் குதிர்கள், உரல் வைத்திருக்கும் அறை. பிரதான வீட்டையொட்டி கட்டப்பட்டிருக்கும்.

* பணிச்சி : ஆதிவாசிகளில் ஒரு பிரிவினர். பணியன் - பணிச்சி.

உடலை அடக்கம் செய்ய எடுத்தபோது எழுந்த அழுகைக்கு ஒப்பாக இப்போது வீட்டில் உள்ளவர்கள் அழுதார்கள். யார் இப்படி அழுவது என கவனமாக படத்திலிருந்து கவனிக்கும் அப்பாவைப் பார்த்ததும், அவர் இறந்த அன்றைய நாளைவிட அதிக துக்கத்துடன் புருஷோத்தமனுக்கு அழுகை வந்தது. சுமித்ராவும் அருகிலிருந்து பார்த்துக் கொண்டிருந்ததால் அது மிகப் பெரிய அழுகையாகவும் கேவலாகவும் மாறியது.

பழங்கலத்தின் படலில் சாய்ந்து உட்கார்ந்து கொண்டு தன் முதல் காதலை அவன் அவளிடம் பகிர்ந்து கொண்டான். அவன் வேண்டுமென்றே தனக்குள் சிலவற்றைத் தக்க வைத்து கொண்டு பேசியதைப் புரிந்து கொண்ட சுமித்ரா, பிரியமுள்ள சிரிப்புடன் அதைக் கேட்டுக்கொண்டாள். அவளிடம் பகிர்ந்து கொண்டபோதே நிர்மலாவுடனான தன் காதல் ஸ்திரப்பட்டிருந்ததை அவன் உணர்ந்தான். நிர்மலாவைப்பற்றிச் சொல்லச் சொல்ல அவளின் உடலமைப்பு சுமித்ராவோடு மிகவும் ஒத்துப்போனதை பிறகுதான் உணர்ந்தான்.

அவனை மஞ்சள் காமாலை கடுமையாகத் தாக்கி, பயப்படும்படி உடல்நிலை மிகவும் மோசமான நிலையில் உறவினர்கள் வந்து பார்த்துக் கொண்டிருந்த நாட்களிலும், அதிக நேரம் சுமித்ராதான் புருஷுவின் வீட்டில் இருந்தாள். கண் இமைகளின் கனத்தைக் கூடத் தாங்கும் சக்தியை இழந்திருந்த அவனை சுமித்ராவின் ஒவ்வொரு வருடலும் தேற்றியது. அன்று அவன் கண்களில் தேங்கிய மஞ்சள் நிறம் இப்போதும் அவனுள் படிந்திருந்தது.

பணிச்சி காளி அம்மை வார்த்து வாசல் திண்ணையில் இழுத்துப் போர்த்தி, சுருண்டு கிடந்தபோது தோட்டத்தில் அறுத்த பழுத்த வாழைக் குலையைத் தூக்கிக் கொண்டு புருஷோத்தமன் சுமித்ராவுடன் நடந்தான். வாசல்படி வரைதான் போயிருப்பான். ‘நீ இங்கேயே நின்றால் போதும்’ என்ற சுமித்ராவின் கட்டளையில் அவனுடைய கால்கள் நின்றுவிட்டன. வழியில் ஆற்றில் முங்கிக் குளித்த பிறகு இவனருகில் வந்தாள் சுமித்ரா. இத்தனை முறை

குளிக்கும் யாரையும் அவன் இதுவரைப் பார்த்ததில்லை. கணவனுடனான ஊடலுக்குப் பின், நெல் குத்திய பிறகு, பலாப்பழம் அறுத்து சுளை பறித்து வைத்த பிறகு, மதிய உணவுக்குப் பிறகு, மாலைநேர தேநீருக்குப் பிறகு, பக்கத்து வீட்டிற்குப் போய் வந்ததற்கு அப்புறமென ஒவ்வொரு முறையும் தன் உடலைக் குளித்து குளித்து பரிசுத்தமாக்கிக் கொள்வாள் சுமித்ரா. பின்புறம் மறைத்து நிறைந்திருக்கும் கறுத்த முடியை சிக்கெடுத்த படி பழங்கலத்தின் திண்ணையில் நின்று கொண்டிருக்கும் ஒவ்வொரு முறையும் புது பிறவி எடுத்ததைப் போல உணர்வாள்.

புருஷோத்தமன் அவள் வீட்டில் எல்லாமுமாக இருந்தான். உயரமான மரங்களிலிருந்து பப்பாளி பறிந்துப் போடுவான். விளக்கு ஃப்யூஸ் போனால் போட்டு விடுவான். கிணற்றில் ஏதாவது விழுந்துவிட்டால் இறங்கி எடுத்துக் கொடுப்பான். குளியலறையின் ஓட்டையில் தவளையின் பின்னால் வரும் நீர்பாம்பையும், பூனைகள் வசிப்பிடத்தில் கொண்டு வந்துப் போட்டு விளையாடிக் கொண்டிருக்கும் விஷப் பாம்புகளையும் அடித்தான். சுமித்ராவுக்கு அருவெறுப்பையும், பயத்தையும் ஏற்படுத்தும், வயநாட்டில் மட்டுமே பார்க்க முடிகிற புகையன் கரப்பான் பூச்சி, ஒரு முழ நீளமும் விரல் தடிமனுடனும் பழுத்த காப்பிக்கொட்டை நிறத்துடனும் இருக்கும் மரவட்டையை எல்லாம் அவன் மிகச் சாதாரணமாகக் கையாண்டான்.

கல்லூரி முடித்து வந்த பிறகும், புருஷோத்தமன் புளிக்கல் வீட்டு முற்றத்திலும், பழங்கலத்திலுமாகச் சுற்றிச்சுற்றி வருவது சுமித்ராவின் கணவன் வாசுதேவனுக்கு அவ்வளவாகப் பிடிக்கவில்லை. முன்னால் நின்றிருந்தாலும் கூட அவன் தன்னை கவனிப்பதேயில்லே என்பது அவருக்கு எரிச்சலாகவே இருந்தது. ஒருமுறை புருஷு வீட்டிற்குள் நுழையும் பொழுது உள்ளே நடந்த காரசாரமான பேச்சில் அவன் பெயரும் கோபத்துடன் அடிபட்டது. வேலையில் சேர்ந்து மானந்தவாடியில் அறை எடுத்து தங்கிய நாட்களில் சுமித்ராவிடமிருந்து கடிதம் வந்தது. “மிகவும் மகிழ்ச்சி. நான்

ஆசைப்பட்ட வேலை உனக்குக் கிடைத்ததில் எனக்கு மிகவும் நிறைவாக இருக்கிறது. உன் பொருட்டு உன்னுடைய பாடங்களை நானும் படித்தவளல்லவா? புளிக்கல் வீட்டின் பழங்கலத்திலிருந்து என் வாழ்த்துக்கள். உன் புதிய நிர்மலா சௌக்கியமா?" தேன் நிறமுள்ள அழகியாக இருந்தாள் நிர்மலா. சுமித்ரா அவன் காதலிகளின் நிறத்தையும், உடலமைப்பையும், கூந்தலின் அழகினையும் தீர்மானித்து விட்டிருந்தாள். மற்ற உடல்களில் இருந்துகொண்டு சின்னச்சின்ன சாயல்கள் வழியே சுமித்ரா அவனை தினம் தினம் வழி நடத்தினாள்.

பழங்கலத்தின் படலில் சாய்ந்து நின்று அரிசி வறுத்து தேங்காய் சேர்த்து இடித்த மாவும், நெய் விட்ட கருப்புக் காப்பியும் சாப்பிட்டு நானும் நீங்களும் நேரம் போவதுதெரியாமல் உட்கார்ந்திருக்கிறோம். யோசித்து பார்த்தால் மொத்தமாய் எட்டு அல்லது பத்து வருடங்கள் வரும். புருஷோத்தமன் நினைவுகளின் உதறலில் எழுந்து சுமித்ரா படுத்திருப்பதைப் பார்த்துக்கொண்டு எரவாணத்தைப் பிடித்தபடி சிறிது நேரம் நின்றான். விளக்கின் சுடர் சுமித்ராவின் அழகான மூக்கு வளைவில் ஒளிர்ந்து கொண்டிருந்தது. வித்வான் கிருஷ்ணனின் கூன் முதுகு போல இருக்கு உங்க மூக்கு வளைவு அக்கா என்று ஒருமுறை பரிகசித்தது நியாபகத்தில் நிழலாடியது. விடுதியிலிருந்து அவன் எழுதும் கடிதங்களில் மறக்காமல் வித்வான் கிருஷ்ணனை நான் விசாரித்ததாகச் சொல்லவும் என்ற வரிகள் அவளை வெட்கப்படுத்தும்.

மரணம் அழுத்திச் சொல்கிறது

மரண வீடு உருவகங்களின் வசிப்பிடம். அங்குள்ள காட்சிகளில் எல்லாம் மிகையான அழுத்தம் இருக்கிறது. பிரத்யேகமான சாயல் இருக்கிறது. மரண வீட்டின் திண்ணை நிழலில் உட்கார்ந்து அஞ்சாங்கல் விளையாடும் குழந்தைகள் வாழ்வின் ஸ்திரத் தன்மையைப் பற்றி எதையோ உணர்த்துகிறார்கள். வந்ததிலிருந்தே நிறுத்தாமல் அழும் ஒரு குழந்தை அங்கு வியாபித்திருக்கும் ஏதோ கேட்டுணரமுடியாத சுருதிக்கேற்ப அழுதது. காப்பி மரத்தினிடையில் தூங்கிக் கொண்டிருக்கும் கறுப்புப்பூனை, மிகச் சரியான இடைவெளி விட்டு தொழுவத்திலிருந்து எழும் கறவைப் பசுக்களின் சப்தம், தலையைத் திருப்பி திருப்பி துர்சப்தத்தைக் கேட்ட கோழிகள் என எல்லாமுமாகச் சேர்ந்து அசாதாரணமான சூழலை உருவாக்கின. அங்கேயிருந்து தன் மகளின் முகத்தைப் பார்க்கும் அப்பாவின் கண்கள் என்றென்றைக்குமாய் இழந்தே ஆகவேண்டிய ஒருத்தியல்லவா இவள் என்ற எண்ணத்தில் தயங்கும். அன்பு செலுத்துபவர்கள் இன்னும் பெரிய அன்பின் அலைகள் நெஞ்சில் எழுவதை உணர்வார்கள். மரண வீட்டின் நிகழ்வுகள் அழுத்தமானவை. அங்கு கடன் கேட்டுப் பாருங்கள். கிடைப்பதற்கான சாத்தியங்கள் அதிகம். அங்கே பொய் சொல்வது சுலபமல்ல. ஒவ்வொருவரின் இறுதி பரிணாமமாக மாறி இருக்கும் அந்த பூத உடல் கௌரவத்தோடு இருக்க உங்களை நிர்பந்தித்தபடி இருக்கும். தவறு செய்தவர்களின் தவறுகளின் சுமை ஏறும். மரண வீடு பிரமாண்டமானதொரு பின்புலம். மரண வீட்டின் சுவர்களில் மோனோலிசாவின் புன்னகை மேலும் மர்மமாகப் பரவி வருவதைத் தெளிவாகப் பார்க்கலாம். மரணம் நமக்கு பல விஷயங்களை அழுத்திச் சொல்கிறது.

பழங்கலத்தின் திண்ணையின் கீழ் குத்துக் காலிட்டு உட்கார்ந்திருக்கும் சுருண்ட முடியும் நடுத்தர வயதுமுடைய கருப்பியின் தனிமையான கண்ணீருக்குத் தீவிரம் அதிகம். கருப்பியின் ஒரு முடி இழையில் எத்தனை சுருள்கள் இருக்கிறதென்று ஒரு நாள் சுமித்ரா பிரித்துப் பார்த்தாள். ஒவ்வொரு முறை பிரித்த போதும் முன்னால் பிரித்த பாகம் முன்னைவிடச் சுருண்டது. ஆப்பிரிக்காவிலிருந்து இந்தச் சுருண்ட முடி எப்படி கண்டங்கள் தாண்டி, பெருங்கடல் கடந்து மலைப்பாதை ஏறி கல்பட்டாவில் பஸ்ஸிறங்கி உன் தலையில் வந்து உட்கார்ந்தது என்று சுமித்ரா அவளுடைய குளிர்ந்த சிரிப்பினூடே பலமுறை கேட்டிருக்கிறாள்.

மாலை நேரங்களில் பழங்கலத்தின் தூணில் சாய்ந்து நின்று சுமித்ராவும், தடுக்கில் குத்துக் காலிட்டு உட்கார்ந்து கருப்பியும் எவ்வளவோ நாட்களைக் கடத்தியிருக்கிறார்கள். பணியன் - பணிச்சிகளைப்போல நீண்ட நேரம் குத்துக்காலிட்டு உட்கார பூமியில் வேறு யாராலும் முடியாது. பணிச்சிகள் நடவு நட்டுவிட்டு உட்கார்ந்தால் அறுவடை காலம்வரை அப்படியே உட்கார்ந்து விட்டு, பின் நெல் அறுக்க அரிவாள் சாணை பிடிக்க மட்டுமே எழுந்திருப்பார்கள் என்று சுமித்ரா கருப்பியைப் பரிகசித்திருக்கிறாள். சின்னதாகக் கிடைக்கும் ஓய்வு நேரங்களில் இறுகக் கட்டிய வேட்டியை உதறி மீண்டும் சரியாகக் கட்டி உட்கார்ந்து விடுவார்கள். வேலை இல்லாத நாட்களில் பாத்திரம் கழுவித்தரவோ, இலை அறுத்துக் கொண்டு வரவோ போவதைத்தவிர மீதி நேரங்களில் திண்ணையிலோ, காப்பிச் செடியின் நிழலிலோ குத்துக் காலிட்டு உட்கார்ந்து விடுவார்கள். உட்கார்ந்த பிறகு எழுந்திருக்க மிகவும் யோசிப்பார்கள். தங்குவதற்கு இடம் இல்லாததால், கிடைக்கும் இடத்தில் உட்காரவும், உடல் மறைக்க ஒரே ஒரு துண்டு மட்டுமே மார்பில் கட்டும் வழக்கமுள்ள பணிச்சிகள் இப்படி உட்காருவதையே இருப்பிடமாக்கியும் பழகியிருந்தார்கள். திருமணமான புதிதில் சுமித்ரா, "இந்த பணிச்சிகள் உள்ளாடைகளுக்குப் பதில் குத்துக் காலிட்டு உட்காரப் பழகிக் கொண்டார்கள்," என கீதாவுக்குக் கடிதமெழுதியிருக்கிறாள்.

வாசுதேவன் வீட்டில் இல்லாத நேரங்களில் கருப்பி சுமித்ராவின் முடி சிக்கெடுக்க, தலை உலர்த்த என ஒத்தாசைக்கு வருவாள். "ஒரு நாள் குளிக்கலன்னாலும் எனக்கே என் பக்கத்தில் நிக்க முடியல. நீ குளிச்சு எத்தனை நாளாச்சு? இல்ல எப்பவாவது குளிக்கற பழக்கமிருக்கா" எனக் கேட்கும் சுமித்ராவுக்கு, ஆனாலும் இவளிடமிருந்து எந்த நாற்றமும் வராதது ஆச்சர்யமாக இருக்கும். சுமித்ரா ஆற்றில் குளித்து முடித்து மேலேறி வரும்போது பணிச்சிகளின் குழந்தைகள் இடுப்புத்துணியோடு நாலைந்து முறை பல்டி அடித்து, தண்ணீரைக் கலக்கி விளையாடி, அப்படியே வெயிலில் நின்று, மெல்ல நடுக்கம் நீங்கி, காய்ந்த பிறகு அதே துணியோடு பட்டறைக்கோ, களத்திற்கோ போவார்கள். ஒன்று மட்டும்தான் அவளுக்குப் பிடிக்காது. வழியில் யாரும் இல்லையென்று தெரிந்தால், சற்றே முன்னால் சாய்ந்து நின்று கால் அகற்றி அணைகட்டி நிறுத்தின தண்ணீரைத் திறந்து விடுவது போல மூத்திரம் அடிப்பார்கள். உட்கார்ந்துதான் போனால் என்ன? மற்ற நேரங்களில் மட்டும் இப்படி குத்துக் காலிட்டு உட்காருகிறீர்களே! கேட்க நினைத்தாளே தவிர இதுவரை கருப்பியிடம் கூடக் கேட்டதேயில்லை.

எல்லா பணிச்சிகளும் சோம்பேறிகள் என்று சுமித்ரா சொல்வாள். நகர்ந்து உட்காரக்கூட தோன்றாமல் ஒரே இடத்தில் இப்படி உட்கார்வதில் என்ன சுகம் இருக்கிறதோ?

சுமித்ராவைத் திருமணம் செய்து புளிக்கல் வீட்டுக்குக் கூட்டி வரும்போது கேசவனுக்கு மூன்று வயதிருக்கும். அவனை முற்றத்தில் சாய்ந்து நிற்கும் பலாமரத்தில் ஏறி விளையாட விட்டுவிடுவாள் கருப்பி. பட்டறையிலிருந்து வரும் வழியில் பாலுக்கர பொயிலியிலிருந்து ஒளித்து, பறித்து வந்த ஆரஞ்சையோ கொய்யாவையோ எடுத்து வந்து சமையலறை கூரைகளின் மூங்கில் கழிகளில் தட்டி இனிமையாய் கூப்பிடுவாள்.

"எளாம்ப்ராட்டி" (இளம் தம்புராட்டி)

இந்த அழைப்பின் பொருளென்னவென்று சுமித்ரா வாசுதேவனிடம் கேட்டபோது அவர், வீட்டுக்குப் பெரியவரை 'பாப்பன்' என்றும் அவருடைய மனைவியை 'பாப்பத்தி' என்றும் கூப்பிடுவார்கள். நீ சின்ன எஜமானி அம்மா, இளம் தம்புராட்டி. நான் இளம் தம்புரான். அதைத்தான் அவர்கள் எளாம்ப்ராட்டி - எளாம்ப்ரான் என்று கூப்பிடுகிறார்கள் என்றார். சுமித்ரா அன்றே கீதாவுக்கும் சுபைதாவுக்கும் கடிதமெழுதினாள். 'ஏண்டி கழுதைகளா, நான் இங்க இளைய தம்புராட்டி தெரியுமா? உங்களைப் போல வீட்டு வேலைக்காரி இல்லை. செய்த வேலைக்கு மாமியார் இன்னைக்கு எவ்வளவு மார்க் போடுவாங்கங்கறது தானே உங்க கவலையா இருக்கும்? ஆனா எனக்கு கட்டளை இட்டபடி நடந்தால் போதும். இதோ இப்பகூட ஒரு அடிமைப்பெண் இரண்டு கிண்ணங்களில் வைத்துத் தந்த, இப்போதுதான் பறித்தெடுத்த கொய்யாக்காவை நான் பொறுமையாக சுவைத்து சாப்பிட்டுக்கிட்டிருக்கேன். உங்களுக்குத் தெரியுமா, வயநாட்டில் விளையும் கொய்யாவுக்குள் அப்படி ஒரு குளிர் இருக்கும். அதே அளவு இனிப்புமிருக்கும். அங்கே விரல் அளவில் பழுக்கும் காய் இங்கே தொடை அளவு பெருத்திருக்கும். 'ஃப்ரஷ்நெஸ்னா உங்களுக்கு அங்க சூடுதானே. இங்கே குளிர். கொடுத்து வைத்திருக்க வேண்டும் கழுதைகளா'

கீழே பட்டறையிலிருந்து குலை நடுங்கும் அலறல் சத்தம் கேட்டு மாதவியை கூட்டிக் கொண்டு சுமித்ரா போனபோது, அடுப்புத் திண்ணையில் கைகள் குத்திநின்றபடி அலறிக் கொண்டிருந்தாள் கருப்பி. 'கருப்பி அலறாத' என்று அதட்டியபடி பக்கத்தில் அவள் அம்மா காளியும் நின்று கொண்டிருந்தாள். பிரசவிக்கும் பெண்களிடமிருந்து வரும் அனைத்து அழுக்குடனும் மேலும், நிர்வாணத்துடனும், வெட்கத்துடனும் மன்னிப்புக் கோரும் கண்களுமாய் கருப்பி அன்று இவளைப் பார்த்தபடி கிழிந்த பாயில் படுத்துக்கிடந்ததை சுமித்ரா எப்போதும் நினைப்பதுண்டு. அதற்கான பிராயசித்தமாகக் கூட இருக்கலாம், சுமித்ராவின் நிழலாகக் கூடவே இருந்தாள் கருப்பி. அவளால் முடிந்த நாட்களில் ஒரு நாளும் சுமித்ராவின் வீட்டிற்குப் போகாமலிருந்ததில்லை.

கருப்பியின் வெள்ளை வெளேறென்ற புளியங்கொட்டைப் பற்களைப் பார்த்து டூத்பேஸ்ட்காரர்களுக்கு ஒரு எதிர்விளம்பரம் கொடுக்க வேண்டுமென்று சுமித்ரா நினைப்பாள். எவ்வளவு தேய்த்தாலும் மஞ்சள் நிறம் மாறாத வாசுதேவனின் பல்லையும், உமிக்கரியையோ, மாவிலையையோ, வேப்பங்குச்சியையோ கூட பார்த்தேயிராத கருப்பியின் பல்லையும் பார்த்து ஆச்சர்யப்பட்டாள் சுமித்ரா. அது அவர்களுடைய உணவு பழக்கத்தினால் கூட இருக்கலாம். பழைய வயநாட்டின் நீளமான வரப்புகளில் நண்டு வளைகள் மிகுந்திருந்தன. தென்னங்குச்சியின் மெலிதான முனையோ, நாணல் தண்டோ எடுத்து குத்திக் கிளறினால் ஏற்படும் குடைச்சல் சகிக்கமுடியாமல், அந்த குச்சியைப் பிடித்தபடி நண்டுகள் வெளியே வரும். அதைப் பிடித்து, சுட்டு அல்லது அவித்து கூடவே ஏதாவது தழையோ, தாம்போ பறித்து குழம்பு வைத்து, பூசணி இலையை வதக்கி, கஞ்சி வடிக்காத சோற்றுடன் சாப்பிட்டார்கள். பின்னாட்களில் ரசாயன உரம் வயநாட்டின் நண்டுகளை அழித்தது. தழை தாம்பின் சௌந்தர்யத்தையும் கருக்கியது. பணியர்கள் பித்தம் பிடித்த முகமுள்ளவர்களாக மாறினார்கள். அவர்களின் வெள்ளை பற்கள், உடைந்த மஞ்சள் பற்களாக மாறிப் போயின. கடிப்பதெல்லாம் விஷமான பின் குள்ளநரிகள்கூட வயநாட்டில் அபூர்வமாயின. நரிகள் ஊளையிடுவது கூட தூரத்தில் கேட்கும் சப்தத்தில் ஒன்றானது.

கருப்பியின் வாழ்க்கையில் நடந்த எல்லா நிகழ்வுகளிலும் சுமித்ராவுக்கும் பங்கிருந்தது. மூன்று நான்கு வருடங்களுக்கு பிறகே கருப்பியின் பாஷையை சுமித்ரா புரிந்து கொண்டாள். அதற்காக கருப்பியை விட சுமித்ரா அதிகம் விட்டுக் கொடுத்திருந்தாள்.

"கருப்பி, இப்படியே பண்ணான்னா உன்னோட பணியன் கொராம்பிய நான் அடிச்சே அவனைக் கொன்னுருவேன்"

தோட்டத்தில் விளையும் மரவள்ளிக்கிழங்கும், மைசூர் வாழையும், இஞ்சியும் திருடுவது எல்லை மீறிப் போனபோது கொரம்பியை வாசுதேவனே போலீசில் பிடித்துக் கொடுத்தார். சுமித்ரா வாசுதேவனின் காலில் விழுந்து அவனைக் காப்பாற்ற சொல்லி

அழுதாள். கொரம்பனை போலீஸ் காலில் அடித்து நடக்க முடியாமல் கூட்டிப் போனதைப் பார்க்க பாவமாக இருந்ததால் வாசுதேவனே அவனை ஜாமீனிலும் வெளியே கொண்டு வர வேண்டியிருந்தது.

'கொரம்ப' - பணியன்கள் மழையில் வேலை செய்யும்போது பயன்படுத்தும் குடையின் பெயர் 'கொரம்ப'. ஒரு வேளை இந்த பூமியின் மிக பெரியதும், பாரமானதுமான குடையே அதுவாகத் தானிருக்கும். ஒரு சிறிய குடில் மாதிரியான குடை.

மூங்கில் வாரைகளைக் கிழித்துச் சின்னதாகப் பின்னி, மடித்து, உள்ளே *கூவ இலை வைத்து, இரண்டு தட்டாகப் பின்னி, ஆஜானுபாகுவான ஒரு ஆளுக்கு நெஞ்சு வரை உயரமிருக்கிற பெரிய குடை. மழையையும், காற்றையும் தடுத்து, உள்ளே உட்கார்ந்தால் மாடத்திற்குள் உட்கார்ந்தது போல பாதுகாப்பு தரும். வசதியாக உட்கார்ந்து அழும் குழந்தைகளைப் பார்த்தால் பிரசவிக்காத பெண்களுக்குக் கூட பாலூட்டத் தோன்றும். அப்படி ஒரு குடை அது. காற்றுக்கு ஈடு கொடுத்து குளிர் தெரியாமல், மிகவும் வசதியாக அதற்குள் நின்று பணிச்சிகள் நாற்றெடுக்கவும், நடவும் செய்தார்கள். சந்தோஷத்தில் காற்றில் பரவ சிரிக்கவும், துக்கத்தில் தேம்பி அழவும் செய்தார்கள். சுமித்ரா அந்தக் குடையை உயர்த்திப் பிடித்துப் பார்த்திருக்கிறாள். இருபத்தைந்து ராத்தல் கனம் இருக்கும். ஏன் இப்படி குடையின் பெயரை மனிதர்களுக்கு வைக்கிறீர்கள் என்று கருப்பியிடம் சுமித்ரா கேட்டிருக்கிறாள். கேட்கும் போதே அதுவும் நல்லதுதானே என்றும் அவளுக்குத் தோன்றியிருக்கிறது.

"நாங்க அப்படித்தாம்மா வெள்ளி, பூச்சி, கரப்பான், கரையான், கைம வெளியன், தொண்டி, தேன், தும்பி, சொரியன் பேக்கன், மாரி, பொந்து, முனியன், இப்படித்தான் பேரு வைப்போம்." இந்தப் பூவுலகின் பூச்சிகள், உலோகங்கள், நெல் விதைகள், நிறங்கள், ஊனம்

---

* கூவ இலை - அரரொட்டி மாவு கிழங்கின் இலை.

தான் அவர்களின் பெயர்களாகியிருந்தன. பூச்சி, உலோகம், விதை, நிறம், ஊனம் போல அவர்களும் குளிப்பதில்லை! சரியாக உடைகள் மாற்றுவதில்லை. நாட்கள் போகப்போக தவிட்டின் நிறத்திலும், தழையின் நிறத்திலுமாக மாறியிருந்தன அவர்களது ஆடைகள். கண் முன்னால் புதிய மல் துணிகள் சேற்றின் நிறத்தினை அடைந்தன. பிரபஞ்ச ஆரம்பத்திலிருந்த நிறம். இன்னுமதிகமாக கசங்கவோ, பழையதாகவோ முடியாத நிறம்.

ஒருநாள் கருப்பி சுற்றிலும் யாருமே இல்லாதிருந்த போதும் குரல் தாழ்த்தி, அந்த வேதனையைப் பகிர்ந்து கொண்டாள். அவளுடைய மூத்த அண்ணன் கைம, அதீத போதையில் புருஷன் கொரம்பியை அடித்து வெளியில் தள்ளிவிட்டு அவளைப் பலாத்காரம் செய்ய முயற்சித்தான். முன்பெல்லாம் அவர்கள் அப்படியொன்றும் பாதுகாப்பின்மையோடு வாழ்ந்ததில்லை. நோயையும், வலியையும், சந்தோஷங்களையும், சந்தேகங்களையும் அவர்கள் கடவுளிடம் ஒப்புக்கொடுத்துவிட்டு நிம்மதியாய் வாழ்ந்தார்கள். குலத்தலைவர்களான மூப்பர்கள் மேற்பார்வையில் உடுக்கை அடித்து, பீப்பி ஊதி கடவுள் பக்தியில் தங்களை மறந்திருந்தார்கள். அவர்களின் கடவுள்கள் வெற்றிலைத் தோட்டத்திலோ, கள்ளிச் செடியின் அடியிலோ, ஜாதி இந்துக்களின் கடவுள்களிடமிருந்து தொடமுடியாததொரு தூரத்தில் தாழ்மையோடும், அதே சமயம் அருள் வந்தால் உக்ரத்தோடும் உறைந்திருந்தார்கள். ‘பரவாயில்லை, அழ வேண்டாம். இனி அப்படி நடக்க நீ அனுமதிக்காதே. பொம்பளங்க நாம என்ன செய்ய முடியும்? அப்படி எதுவும் நடக்காம பாத்துக்கணும்.’ என்று சுமித்ரா சமாதானம் சொன்னாள். ஒரு காலை திண்ணையிலும் மறுகாலை மடக்கியும் உட்கார்ந்திருந்த அவளிடமிருந்து பிளேடை வாங்கி நகம் வெட்டிக்கொண்டே அதன் பின் எல்லாவற்றையும் கேட்டுக் கொண்டிருந்தாள் கருப்பி. வெகு நேரம் தலை குனிந்து அமைதியாயிருந்தார்கள் அவர்கள். எதற்கோ இருவருக்குமே அப்படியொரு மௌனம் தேவைப்பட்டது.

ரகசியம்

மரியா அக்கா ஒரு மணி நேரத்தில் ஒன்பதாவது முறையாக திரும்பி வருகிறாள். உட்கார்ந்த இடம் கொப்பளிப்பது போல அவள் உட்கார்ந்தவுடன் எழுந்து எழுந்து கீழே போகிறாள். அங்கிருந்தவர்கள் எல்லாரையும் விட வேதனையிலும், துக்கத்திலும் இருந்தாள் மரியா. 'குறைந்த நாள் பழக்கத்தில் சுமித்ரா இவ்வளவு நெருங்கி விட்டாளா. மரியா அக்கா இப்படி தவிக்கிறாங்களே' என்று தாசன் கூட கேட்டான்.

அந்தப் பக்கத்தில் கிறிஸ்துவர்களே இல்லை. தேவாலயத்திற்குப் போக வேண்டுமானால் நான்கு கிலோமீட்டர் நடந்துதான் போக வேண்டும். ஈரங்கொல்லி குன்று தாண்டிய பிறகுதான் அங்கொன்றும் இங்கொன்றுமாக கிறிஸ்தவ வீடுகள் இருக்கின்றன. அவர்கள் இடுப்பிற்குக் கீழே சின்ன சிறகுகள் விரித்து வேலையிடங்களில் பறக்கும் தேவதைகள் மாதிரி இருப்பார்கள். மடத்தில் ஆனந்த கௌடரின் குடும்ப மயானத்திற்குச் சொந்தமாகயிருந்த இடத்தைச் சொற்ப விலைக்கு வாங்கி, ஒரு கட்டு மூங்கிலில் கிழித்த படல் செய்து ரஃபேல் அண்ணனும், மரியாக்காவும், ஸ்டீபனும், ஆனீசும் தங்க ஆரம்பித்து இரண்டு மாதங்கள்தான் ஆகிறது. ஆனால் அவர்கள் பயிரிட்ட மரவள்ளிச் செடிகள், ஆறு மாத வளர்ச்சியுடன் இருந்தன. இரவில் மிளகுக் கொடியிலிருந்த மிளகை மிதித்து உதிர்க்கவும், நெல் குத்தவும் மட்டுமே பழக்கப்பட்ட அந்த ஊர் மக்கள் , நிலா மறையும் வரை களத்தில் வேலை செய்பவர்களை இப்போதுதான் பார்க்கிறார்கள். ரஃபேல் தலை சாய்த்து படுக்கும் நேரம் தவிர மீதி நேரங்களிலெல்லாம் நிலத்தில் பாத்தி கட்டியபடியே இருப்பார். கூடவே பெரும் சத்தத்தில் வாய் மூடாமல் சண்டையிடுவார். நடுவில் மண்வெட்டியை எடுத்தபடி மரியாவை அடிக்கவும் கை ஓங்குவார்.

ர.ஃபேலுக்கு சைலன்ஸர் பொருத்தப்படவில்லை என்று மிலிட்டரியில் டிரைவராயிருந்த அம்பிப் பட்டர் எப்போதும் சொல்வார்.

புடவையில் பின் கொசுவம் வைத்து தூக்கிக் கணுக்கால்மீது கட்டி அதிக விசிறலுடன் நடப்பதால் மரியா வேகமாக நடப்பதாய் தோன்றும். கறுத்து எண்ணெய் மினுமினுப்புடன் இருக்கும் மரியா கணவனின் மதிய நேர கோழித் தூக்கத்தின்போது சுமித்ராவின் பழங்கலத்தில் வந்து உட்காருவாள். எப்போதாவது அவளிடமிருந்து வெல்லமோ, காப்பித்தூளோ, நொய்யரிசியோ கேட்பாள். 'நாங்க இந்தப் புளியப் பயன்படுத்த மாட்டோம். கொடம்புளியில தான் கொழம்பு வைப்போம். அது நல்ல ருசியா இருக்கும். அது போடலன்னா மீன் கொழம்புல ஒரு ஜீவன் இருக்காது. அது வேணுமா அக்கா உங்களுக்கு? அப்பா வந்தபோது கொண்டு வந்தது கொஞ்சம் மீதி இருக்கு' - மரியா சுமித்ராவை தன் ருசிக்கு வயப்படுத்தினாள்.

இந்த முறை அப்பா வரும்போது மரியாவிற்குச் சொந்தமான பங்கு நிலத்தை விற்று செயின் வாங்கி வந்து, "பத்திரமா வச்சுக்கோ. உன் பங்கு இது" என்று அவளிடம் தந்திருந்தார். ஐந்து பவுன் இருக்கு. வீட்டுக்காரருக்கும் தெரியக்கூடாது. தெரிந்தால் குடித்தே தீர்த்துவிடுவான். ஆனீசின் கல்யாணம் வரைக்கும் பத்திரப்படுத்தி வைக்கணும். இந்த ஓலைக்குடிசையில் எங்கே வைப்பது? என்று மரியா கதிகலங்கி நின்றபோது தான் அவள் மனதில் சுமித்ரா எப்போதுமான தன் குளிர்ந்த சிரிப்புடன் வந்தாள். மரியாவிற்கு சுமித்ரா மீதான பிரியமும் கூடி நின்றது. மாலை மயங்கத் தொடங்கின அந்த நேரத்தில் மரியா முந்தானையில் அதை முடிந்தபடி சுமித்ராவிடம் வந்தாள். "இத பத்திரமா வச்சுக்கோங்கக்கா. தேவைப்படும்போது வாங்கிக்கறேன். யாருக்கும் தெரியவேண்டாம்" என்று சுமித்ராவிடம் கொடுத்தாள். கொஞ்சம் தயங்கியபடிதான் சுமித்ரா அதை வாங்கியிருந்தாள். கொடுத்திருக்க வேண்டாமோ என்று மரியா திரும்பிப் போகும்போது கூட நினைத்தாள். அந்த நினைவைக் கலைக்க வேண்டி அவள் தன் நடையின் வேகத்தைக் கூட்டினாள்.

காலையில் சுமித்ராவின் மரணச் செய்தி கேட்டதிலிருந்து அவள் உள்ளுக்குள் பதறித் துடிக்கத் தொடங்கினாள். அதை எங்கே வைத்திருப்பாள்? கணவனிடம் சொல்லியிருப்பாளா? நல்ல மனிதர்தான் அவர். கேட்டால் தராமல் இருக்கமாட்டார். தரவில்லை என்றால் என்ன செய்ய முடியும்? என் கணவனுக்குக்கூடத் தெரியாதே. என்னிடம் கையில் எந்த அத்தாட்சியுமில்லையே. சில பெண்கள் திருடர்களை திசை திருப்ப விலை மதிப்புள்ள பொருட்களை சாதாரண இடங்களில் கூட வைப்பார்கள். அரிசிப் பானையிலோ, சமையலறையில் டம்ளர்களுக்கு இடையில் கவிழ்த்து வைத்தோ, மனதிற்குள் அடையாளம் வைத்து ஏதாவது ஒரு மண்பாத்திரத்திலோ வைப்பார்கள். சுமித்ரா எங்கே வைத்திருப்பாள்? கணவருக்குக் கூட தெரியாத ஏதோவொரு ரகசிய இடத்தில் வைத்திருப்பாளோ? இனி வரும் நாட்களில் இங்கே நிறைய ஆட்கள் வருவார்கள். அவர்கள் கையில் கிடைத்தால் யாராவது அதைச் சொல்வார்களா? மரியாவுக்கு உட்கார்ந்த இடம் பதைக்கவும் நின்ற இடம் கொதிக்கவும் ஆரம்பித்தது.

சில நிமிடங்களில் சுமித்ராவின் மீது மரியாவுக்கு கடும் வெறுப்பு மேலோங்கியது. தன்னை ஏமாற்றிவிட்டு நீண்டு நிமிர்ந்து படுத்திருக்கும் அவள் முகத்தில் காறித்துப்பக்கூடத் தோன்றியது. எழுந்து உட்கார்ந்து அதை எங்கே வைத்தாள் என்று சொல்லிவிட்டு படுத்தால் என்ன என்றும் நினைத்தாள். மரணம் எத்தனை பெரிய சதி என்று இப்படியாகப் புரிந்துகொண்டவர்கள் பூமியில் கொஞ்சம்தான். மரணத்தின் பாரம் மரியாவால் தாங்கிக்கொள்ள முடியாதபடி கனத்தது.

சுமித்ராவின் கீதா

மீத்தலில் இருந்து வந்த தாசன் மறுபடியும் எழுந்தான். நான் சின்ன வயதில் என் அக்காவுடன் சுமித்ரா அக்காவின் வீட்டுக்கு வந்திருக்கிறேன் என்று புருஷோத்தமனின் காதில் தாசன் கிசுகிசுத்தான். பேச்சுத்துணைக்கு யாருமில்லாமல் வாசல் திண்ணையில் ஒரு பகல் முழுக்க உட்கார்ந்திருந்தான். உள்ளே பேசும் தொனி மாறி விடை பெறுதலுக்கான சொற்கள் கேட்குமாவென காதைத் தீட்டிக்கொண்டுக் காத்திருந்தான்.

படியேறி வந்தவுடன் சுற்றிலும் உட்கார்ந்திருந்த யாரையும் பார்க்காமல் கீதா சுமித்ராவைக் கிடத்தியிருந்த வாசலுக்கு வந்தாள். சுமித்ராவின் தலைமாட்டில் வந்து நின்று வெறும் தரையில் படுக்கவைத்திருந்த அவளை முழுமையாகப் பார்த்தாள். ஆறுதல் சொல்வதுபோல, கீதா சுமித்ராவின் நெற்றியில் மிருதுவாய்த் தடவினாள். குளிர்ந்து உறைந்திருந்த நெற்றியில் கை அவ்வளவு சீக்கிரம் நகரவில்லை. கீதாவுக்குப் பாவமாக இருந்தது. என்ன? என்ன ஆயிற்று என் சுமித்ராவுக்கு?

சுமித்ராவும் கீதாவும் லோகநார்காவுக்குப் பக்கத்தில் திருமங்கலம் வீட்டில் தமக்கே தமக்காய் கிடைக்கும் மாதத்தின் அந்த மூன்று நாட்களுக்குத் தனித்திருக்கும் வடக்குப் பார்த்த அறையின் ராஜகுமாரிகளாக இருந்தார்கள். வீட்டுவிலக்கான மூன்று நாட்களுக்கு ஒதுங்கும் அந்த அறையை அவர்கள் அவுட்ஹவுஸ் என்றே அடங்கின குரலில் சொன்னார்கள். தன் முறை வந்தால் மேமுண்டாவின் புஷ்பத்து வீட்டிலிருக்கும் கீதாவுக்கு சுமித்ரா தகவல் சொல்லிவிடுவாள் அல்லது தேதி மாறாமல் கீதா பார்த்திருந்து சுமித்ராவின் வீட்டுக்கு வந்துவிடுவாள். கீதா எப்போதும் இரண்டு

நாட்கள் முன்பே வீட்டுவிலக்காகி விடுவாள். பின்னாலேயே வந்துவந்து அவள் சில நேரம் சுமித்ராவின் தேதியை எட்டிவிடுவாள். ''சரியா வந்திட்டியாடி?'' பதினான்கு மாதங்கள் சேரும்போது ஒருமுறை சுமித்ரா கேட்பாள்.

பகல் முழுக்க அந்த இளங்குமரிகள் ரகசியமாகப் பேசிக் கொள்வார்கள். பன்னிரண்டாவது படிக்கும் கீதா, '' எங்களுடைய கே.கே.பி. சார் டிபார்ட்மெண்ட்க்குப் போய் சாக்பீஸ் எடுத்துட்டு வா என்பதையே குரல் தாழ்த்தி ஏதோ ஜட்டியைக் கொஞ்சம் கீழ எறக்குவியா'' என்பதுப் போலத்தான் கேட்பார் என்று கிண்டலடிப்பாள். மாதவிலக்கான பெண்களின் விளையாட்டாடி இந்த கிரிக்கெட்? கவாஸ்கர் இரண்டாவது இன்னிங்சிலும் ஜீரோவோட வெளியே வந்துவிட்டார். சிறுதையம்மாவைப் போல அவர்களும் பூஜ்ஜியத்திலேயே அவுட்டானார்கள். விளையாட்டிலிருந்து வெளியேறும் வயதான பிறகும்கூட சிறுதையம்மாவிற்கு குழந்தைகள் இல்லை.

அடிக்கடி தெற்கு வீட்டின் மாதவன்குட்டி இவர்களைத் தொட்டு விளையாடி அசுத்தமாக்க வருவான். 'தொட்டால் என்னாகும்ன்னு பார்க்கிறேனே' சட்டென இவர்கள் எப்படி தொடமுடியாதவர்கள் ஆனார்கள் என்பது அவனுக்குப் புரிவதே இல்லை. 'இந்த ரகசியத்தின் அடியில் சிவந்த உதிரப் பொட்டுகள் இருக்குடா கழுத.' கீதா சுமித்ராவின் காதில் அவனுக்கான பதிலைச் சொன்னாள். அங்கே இருந்துதான் வாழ்வின் தீவிரமான ரகசியங்களை தாழ்ந்த குரலில் அந்தப் பெண்கள் பேசக் கற்றுக்கொண்டார்கள். மூன்றாம் நபருக்குத் தெரியாத ரகசியங்கள் அவர்களுடைய ஒவ்வொரு சந்திப்பிலும் அதிகரித்தன. வேறு யாருக்கும் தெரியாத ரகசியங்களைப் பொத்தி வைத்திருக்கும் அவர்கள் பெரும் அகங்காரிகளைப் போல வளைய வந்தார்கள். இவர்களுக்குப் பேச அப்படி என்னதான் இருக்கிறதோ என்று சுமித்ராவின் அம்மா மாலை வேளைகளில் காபியோ, கிழங்கு அவித்தோ, அரிசிமாவு உருண்டையோ கொண்டுவரும்போது ஆச்சரியப்பட்டாள். காறை உதிர்ந்த சுவரைக் காண்பித்து கீதா, ''நாம

பேசறத கேக்க முயற்சி பண்றதினால, இந்தச் சுவர் முழுக்கக் காதுகளாக இருக்கு'' என்பாள்.

ஓணம் பண்டிகை விடுமுறை முடிந்து பள்ளி திறந்தபோது கீதா, சுமித்ரா படித்துக்கொண்டிருந்த அதே மேமுண்ட உயர்நிலைப் பள்ளியில் சேர்ந்தாள். அதற்கான காரணத்தை யோசித்தால் தன்னுடைய முப்பத்தெட்டாவது வயதிலும் கீதாவுக்கு நடுக்கம் ஏற்படும். ஆனால் சுமித்ராவோ அதன் பரிணாமத்தை யோசித்துதான் வாழ்வில் அதிகம் சிரித்திருக்கிறாள். கீதாவின் அம்மா பெரிய குடும்பத்தில் பிறந்தவள். பனிரெண்டாவது வயதிலேயே வீட்டில் கீதாவை *தட்டுடுக்க வைத்தார்கள். தட்டுடுத்துதான் பள்ளிக் கூடத்திற்குப் போக வேண்டுமென்று தினமும் அவளைக் கட்டாயப்படுத்தினார்கள். காரணமே இல்லாமல் துணிவைத்து பேண்டேஜ் கட்டியது போன்ற நடை அவளுக்குக் கொஞ்சமும் பிடிக்கவில்லை. அன்று இறைவணக்கம் முடிந்து மாணவர்கள் வகுப்புக்குப்போன பிறகு கீதா நின்ற இடத்தில் கசங்கிய ஒரு வேட்டி கிடந்தது. பியூன் முஸ்தபா அதை ஒரு குச்சியில் தூக்கிக்கொண்டு ஆசிரியைகளின் ஓய்வறைக்கு வந்தான். மைதானத்திலிருந்து கிடைத்தது என்றும் சொன்னான். ஒரு நொடிக்குள்ளாகவே அம்மணி டீச்சர் விஷயம் புரிந்து வெடித்துச் சிரித்தாள். ''முஸ்தபா, அத அங்க போட்டுட்டு போ'' லட்சுமி டீச்சர் சிரிப்பை அடக்கியபடி சொன்னாள். சிறிது நேரம் கழிந்த பின், பாவாடைக்குள்ளே ஒரு நிசப்தத்தை உணர்ந்த கீதா கணக்குப் பாடம் செய்துகொண்டிருந்த வேளையிலும் வியர்த்துப் போனாள். எங்கே விழுந்திருக்கும்? மைதானத்திலிருக்குமோ... பதினொன்றரை மணி இடைவேளையில் அவமானம் தாங்காத கீதா வீட்டிற்கு ஓடிவந்துவிட்டாள். பிறகு அவள் 'மேமுண்ட' பள்ளியில்தான் படித்தாள். எவ்வளவு பெரியவளான போதும் பழைய பள்ளியை நினைத்தால், நடுபாகம் முழுக்க சுருங்கிப்போன வேட்டியின் வடிவமே அவள் மனதில் படிந்திருந்தது. சுமித்ராவிடம் தவிர இவள் இதை யாரிடமும் சொல்லவில்லை. சுமித்ராவும் யாரிடமும் இதுவரை சொல்லவில்லை. அவர்களுடைய ரகசியத்தின் பலம் அது.

சுமித்ராவைவிட கீதாவுக்கு தைரியம் அதிகம். அவள் 'என்னைக் கீறிப் பிளக்க ஏன் யாரும் வரவில்லை? நான் இரவில் ஜன்னலை முழுக்கத் திறந்துவைத்து ஆடைகளில்லாமல் படுத்துக் கிடக்கிறேன். ஒரு மெல்லிய காற்றுகூட உள்ளே வருவதில்லை. யானை தென்னை ஓலையைக் காலில் போட்டு மிதித்துப் பிய்த்தெறிந்ததைப் பார்க்கும்போது எனக்குள் காமம் பொங்குகிறது. நேற்று நடந்த ஒரு சம்பவத்தை உன்னிடம் சொல்லவே இல்லையே. நாங்கள் குருவாயூர் கோவிலில் வடக்குப் பக்கம் பிரசாதம் கொடுக்குமிடத்தில் அம்மா வரட்டுமென்று காத்திருந்தோம். பார்த்துக் கொண்டிருக்கும்போதே அங்கே நின்றிருந்த யானையின் ஐந்தாம் காலான தும்பிக்கை பெரிதாக பெரிதாக வளர்ந்துகொண்டே இருந்தது. பார்ப்பதற்கு உன் மூக்கு நுனிபோல வளைந்திருந்த அந்த தும்பிக்கை குனிந்து நிலம் தொட்டது. அதில் என்ன சுவாரசியம் தெரியுமா? அதைப் பார்த்துக்கொண்டிருந்த தமிழன் 'என்ன பாத்திட்டு நிக்கறே' என்று கத்தி தன் மனைவியை இழுத்துக்கொண்டு போனான். எனக்கு சிரிப்பு தாங்கவில்லை. ஒரே தரத்தில் இருப்பவர்களிடம்தானே பொறாமையும் ஏற்படவேண்டும்.

கீதா திருமணத்திற்குப்பிறகு கணவன் வீட்டிலிருந்து முதன் முறையாக வந்தபோது திண்ணையில், கணவனை சுமித்ராவின் அப்பாவிடம் பேசிக்கொண்டிருக்கச் சொல்லிவிட்டு சுமித்ராவைக் கூட்டிக்கொண்டு அவர்களுக்குப் பிரியமான அவுட் ஹவுஸிற்குப் போனாள்.

"சலவைக்காரிகளிடமிருந்து மறைஞ்சு வாழ்ந்த இந்த இடத்தை விட்டுப் போனது ரொம்ப கஷ்டமா இருக்கு."

---

* தட்டுடுத்தல்: நாயர் சமூகத்தில் பத்து வயதிற்கு மேற்பட்ட பெண் குழந்தைகளுக்கு வேட்டியை மடித்து பேண்டேஜ் போல சுற்றி முன்னெச்சரிக்கையாய் மேல் வேட்டிக்கு அடியில் கட்டிவிடுவார்கள்.

''ஆனாலும் உன்னோட ஆசை நிறைவேறிடுச்சு இல்ல.'' சுமித்ரா சிரித்தாள்.

''எங்க? சும்மாடி இதெல்லாம். உனக்கு சொல்லாம இருப்பேனா? அது ஒரு அசமந்தம், கிறுக்கு. ஜன்னல் கம்பிகளில் கால் ஏற்றி வைத்து விரைத்துக்கொண்டு புடவையை ஒதுக்கிவிடுவேன் நான். அந்தக் கிறுக்கோ எழுந்து போய் புடைவையை சரிசெய்து பாதம்வரை இழுத்துவிட்டுவிட்டு திரும்பிவந்து படுத்துடும்''

அதற்குப் பிறகான நாட்களில் மிகப்பெரிய வேதனையை கீதா சுமித்ராவுக்கு எழுதினாள். "என் கணவரும் அவருடைய தம்பியும் சேர்ந்துதான் வியாபாரம் செய்கிறார்கள். ஆனால் அதில் நானும் ஒரு பங்கு என்று நினைக்கவில்லை. யாரும் இல்லாதபோது அவன் கடையில் அண்ணனை உட்கார வைத்துவிட்டு வீட்டிற்கு வந்து எண்ணெய் தேய்த்துக் கொண்டிருந்த என்னை அப்படியே இறுக்கிப்பிடித்தான். நான் மனதளவில் துவண்டு துக்கம்சூழ வாழ்ந்திருந்த நாட்கள் அவை. வீட்டிலிருக்கும் சொறிநாய்க்குக்கூட என்னை வசப்படுத்த முடிந்திருந்த கெட்டநேரம். ஆனால் அடுத்தநாள் கோவிலுக்கு போகும்போது, எப்போதும் அவனுடன் வீட்டிற்கு வரும் கோவிந்தன் பட்டர் இன்று வேண்டுமென்றே எதிரில் வந்து, வாயின் ஓரங்களிலெல்லாம் எச்சில் படற 'நாளைக்கு நான் வருவேன்' என்று சொன்னதுதான் அதைவிட வேதனை. அவர்களை வரவழைக்க என்னிடம் இருப்பதை எல்லாம் பறித்தெடுத்து புழக்கடை வாசல் வழியாகத் தூக்கி எறிந்துவிடத் தோன்றியது. நாய் தின்றோ, கோழி கிளறியோ, கெட்டு நாறியோ போகட்டும். பிறரிடம் தம்பட்டம் அடிக்க, நம்முடைய முனகல்களை அவர்கள் பயன்படுத்துவார்கள். உன்னைப் போலொரு உணர்ச்சியற்றவளாகவே இருந்தால் போதுமானதாயிருந்தது. ஆனால் நான் தகிக்கும் நரகமாகிப் போனேன் சுமித்ரா'' கடிதத்தைப் படித்தபோது 'என் கொதிக்கும் நெருப்பே' என்று சுபைதா தகிக்கும் தேகமுள்ள கீதாவைக் கூப்பிடுவது சுமித்ராவுக்கு ஞாபகம் வந்தது.

என் பிரியமான சுமித்ரா நான் போகட்டுமா? நீ எனக்கு மிகவும் ஆறுதலாக இருந்தாய். என் கஷ்ட நஷ்டமெல்லாம் உனக்குத்தான் தெரியும். இப்போது உன்னையும் அடைத்து பூட்டி சீல் வைத்துவிட்டார்கள். நான் இறந்த காலம் இல்லாதவளானேன். உற்றவர்களை இழக்கும்போது நாம் உற்றமற்றவர்களாக மாறிப்போகிறோம். சரி... என் பிரியமானவளே... நான் போகிறேன்.

கீதா சுமித்ராவின் மூடிய கண்களையும் நெற்றியையும் தன் உதடுகளால் ஒற்றி எடுத்தாள்.

பாலபாடங்கள்

அப்புக்குருப்பை அங்கே கூடியிருந்தவர்களில் யாருக்கும் தெரியாது. பதினேழு வருடங்களுக்கு முன்னால் சுமித்ராவின் கல்யாண வரவேற்பிற்கு வந்த பிறகு மீண்டும் அவர் வந்ததில்லை. சுமித்ராவின் தாய்மாமா மகன்தான் அப்பு. பிள்ளைகளிடம் அதிகப் பிரியமுள்ள பெற்றோர்கள் தங்கள் குழந்தைகளுக்குச் சின்னப்பெயரையே வைப்பார்கள். மீனின் ஒரு துள்ளல் அளவிற்கே நீளமுள்ள பெயர். எந்தக் கோபத்திலும் பிரச்சனையிலும் முழுவதுமாக கூப்பிட முடிந்தபெயர். அம்மாவின் பாசத்தின் அடர்த்தி காரணமாக மரம் ஏறவோ, ஒற்றை மரப்பாலம் கடக்கவோ, தனியாக ஒரு இடத்திற்குப் போகவோ, சைக்கிள் மிதிக்கவோ, முடிவெடுக்கவோ முடியாத ஒரு அம்மாச்செல்லம் அப்பு. மூலையில் வைத்த வீட்டுப் பொருட்களை மாதிரி, யாராவது பயன்படுத்தினால் மட்டுமே அவன் செயல்படுவான்.

அப்புக்குருப்பு துக்கப்படவில்லை. சுமித்ராவையே நினைத்துக் கொண்டிருக்கவுமில்லை. ஆனாலும் அவள் அவன் மனதில் வந்து போய்க்கொண்டிருந்தாள். சுற்றிலும் நிற்பவர்களுக்கு மத்தியிலும் கூட சுமித்ராவை அவன் பாகம்பாகமாகப் பார்த்துக் கொண்டிருந்தான்.

அப்புவும் சுமித்ராவும் ஒரே வருடத்தில் முந்தின நாளும் அடுத்த நாளுமாகப் பிறந்தவர்கள். ஒரு நாளே பெரியவனான அவன், வளர்ந்தபோது இடைவெளி அதிக வருடங்களானது போலவும் இருந்தது. நான்காவது வகுப்பும் பிறகு மேல்நிலைக்கல்வியும் சுமித்ரா அப்புவின் வீட்டிலிருந்துதான் படித்தாள். ஞாயிற்றுக்கிழமை மாலைகளில் அவளுடைய அப்பா அவளைக் கூட்டிக்கொண்டு ஆற்றைக் கடந்து, வரப்பு வழியாக நடந்து வருவதை அப்பு

தூரத்திலிருந்தே பார்த்துவிடுவான். பையில் நொய் அரிசி, சாம்பல் பூத்த பெரிய பூசணிக்காய், பாகற்காய் வற்றல், இரண்டு ஜோடி துவைத்து இஸ்தரி போடப்பட்ட உடைகள், நாக்கு வடிக்க ஓலை கிழித்தெடுத்த ஐந்து தென்னங்குச்சிகள் என தவறாமல் இருக்கும். 'போனமுறை கொண்டுவந்த பூசணிக்காயே இன்னும் தீரவில்லை. பூசணி பாயசம்தான் தினமும் வைக்கணும். என்ன பண்றது இந்த அண்ணனை?' என்று முணுமுணுத்துக்கொண்டே அம்மா பையைத் திறந்து பார்த்து தூக்கிக்கொண்டு உள்ளே போவாள். திரும்பி வரும்போது கையில் மோர் இருக்கும். இஞ்சி, கருவேப்பிலை, பச்சைமிளகாய், அம்மி கழுவும் தண்ணீரில் அடுக்களைக்குப் பக்கத்தில் முளைத்திருக்கும் எலுமிச்சை செடியிலிருந்து நான்கு இலைகளை நசுக்கிப்போட்டு கரைத்த மோர். அமிர்தம் குடிப்பது போல அவர் அதை ரசித்துக் குடிப்பார்.

சுமித்ரா உள்ளே போய் குளித்துக் கொண்டிருப்பாள். 'த்ரா' என்றுதான் அப்பு அவளைக் கூப்பிடுவான். 'த்ரா, நீ ஏன் இத்தனை முறை குளிக்கற? சேறு சொரக்குதா உன் உடம்புல?' என்று கேட்பான். அப்பு நினைத்தபோது மட்டுமே குளிப்பவன். தண்ணீரால் ஏற்படும் முதல் குளிர்ச்சியை அவனால் தாங்க முடியாது. நதி ஓரத்தில் தண்ணீரில் இறங்கத் தயங்கி, அப்பு மணிக்கணக்காய் உட்கார்ந்திருப்பான். மாமா குடித்து முடித்த மோரின் ஊறலை, டம்ளரை வாங்கி வாசல் படியைக் கடப்பதற்கு முன்பே அப்பு குடித்துவிடுவான். அவன் வீட்டிற்கு வந்த எல்லோருடைய மீதியையும் குடித்திருக்கிறான். அவன் சுபாவம் அப்படி.

மாமா வாசல் திண்ணையில் உட்காருவார். உட்கார்ந்த உடனே பழக்கப்பட்ட ஆட்களைப் பார்த்தவுடன் வாலை ஆட்டும் நாயைப் போலக் காலாட்ட ஆரம்பித்துவிடுவார். யாரிடம் வாலாட்டுகிறார் இவர்? அப்புக்கு சிரிப்புசிரிப்பாய் வரும். அண்ணனோட இந்த காலாட்டும் பழக்கம் மருமகனுக்கும் இருக்கிறதென்று சுமித்ராவின் அம்மாவும், பெரியவரோட வாலாட்டல் மருமகனுக்கும் இருக்கிறதென அப்பாவும் சொல்வார்கள். ஒருமுறை அவனுடைய காலாட்டுதலைச் சகிக்க முடியாத அப்பா துண்டை எடுத்து பெஞ்சில்

சேர்த்து கட்டிப்போட்டிருக்கிறார். அம்மாவின் வகையறாவிலிருந்து அந்தப் பழக்கம் வந்ததாலோ, சோம்பேறித்தனத்தின் லட்சணமாக இருந்ததாலோ என்னவோ அப்புவின் இந்தக் காலாட்டும் பழக்கம் அப்பாவுக்குப் பிடிப்பதே இல்லை. புத்தகம் படிக்க எடுத்தால் அப்பு காலாட்டத் தொடங்கிவிடுவான். மற்றவர்கள் காலாட்டுவதில் எதற்கு அப்பாவுக்கு இவ்வளவு அசௌகரியம் என்று அப்புவுக்கு பெரிதானப் பிறகுதான் புரிந்தது.

வெள்ளிக்கிழமை சாயந்திரம் 'த்ரா' மூன்று மணியிலிருந்து பள்ளிக்கூட வாசலில் காத்திருந்து, அப்பா வந்த பிறகு அவளுடைய வீட்டிற்குப் போவாள். அப்போது அவள் முகம் வியாதியிலிருந்து மீண்ட சுகத்துடன் இருக்கும். அப்புவுக்கு அவன் மேசை, அலமாரி, அறை எல்லாம் மீண்டும் முழுவதுமாகக் கிடைக்கும். அம்மாவும் அவனுக்கே அவனுக்காக இருப்பாள். ஆனால் சனிக்கிழமை மதியமே அப்புவுக்கு தனிமை சலிக்கத் துவங்கிவிடும். ஞாயிற்றுக் கிழமைகளில் அவனையும் அறியாமல் வரப்பில் சுமித்ராவின் வருகையை எதிர்பார்த்துக் கொண்டிருப்பான். பார்வையின் தொலைவில் இரண்டு கருத்த புள்ளிகள் மெல்லமெல்ல மாமாவாகவும் சுமித்ராவாகவும் மாறி வீட்டிற்கு வருவார்கள். அவன் துள்ளிக் குதித்தபடி படியிறங்கிப் போவான்.

நான்காவது படிக்கும்போது இரவில் பெரிய போர்வையில் ஒன்றாய் அவனும் அம்மாவும் சுமித்ராவும் படுத்துக்கொள்வார்கள். இதுதானென்று தெளிவாச் சொல்லமுடியாத காரணத்தால் மெதுவாக அவன் கைகள் இரவு பயணத்தைத் தொடங்கும். போர்வையை வாயில் கடித்துப் பிடித்தபடி சுமித்ரா சிரிப்பினை அடக்கிக் கொள்வாள். பதினொன்றாவது படிக்க மாமா வீட்டிற்கு மீண்டும் வந்தபோது அவர்கள் வேறுவேறு அறையில் தங்கினார்கள். அவள் அப்புவின் அம்மாவுடன் படுப்பாள். ஒருநாள் கதவு ஓட்டை வழியாக அவள் குளிப்பதை அவன் பார்த்திருக்கிறான். அவள் குளிக்கவில்லை. கண்ணாடியைக் கையிலெடுத்து முலைகளுக்கு நேராகப் பிடித்தும், வயிற்றுக்கு நேராகப் பிடித்தும் தன்னைதானே ரசித்தபடி வெகு நேரமிருந்தாள். அந்தக் காட்சி அப்பு வளரவளர

அவனைக் கிளர்ச்சி கொள்ளச் செய்தது. கண்மூடி அந்தக் காட்சியை மனதில் வரித்து பலநாட்கள் பார்த்துக் கொண்டிருந்திருக்கிறான். விளக்கை அணைத்தால் முலைகளின் வெளிச்சத்தில் பெரிய எழுத்துக்களைக்கூட வாசித்துவிட முடியுமென்று அவனுக்குத் தோன்றியது.

சுமித்ரா எப்போதும் நன்றாகப் படிப்பாள். அவசரக்காரி, குனிந்து முலைகள் மேசையின் விளிம்பில் படும்படி அவள் படித்துக் கொண்டிருப்பதை எப்போதும் பார்த்தபடி அப்பு அங்குமிங்கும் நடப்பான். எதைக்கொண்டு இந்த முலைகளை செய்திருப்பார்களென்று அவனுக்கு மிகப்பெரிய ஆச்சரியம். ஒருமுறை பேனாவை வைத்து அவள் மார்பில் குத்திப் பார்த்திருக்கிறான். 'போடா கழுத' என்று அவள் இறங்கிப் போயிருக்கிறாள். அந்த நினைப்பு வந்தபோது சுற்றிலும் நின்றிருப்பவர்களுக்கு மத்தியில் அப்பு சுமித்ராவை மீண்டும் உற்றுப் பார்த்தான்.

உப்புமா

எடக்குனி நரசிம்ம கௌடர் படியேறி வருவதைப் பார்த்த தாசன் கீழே இறங்கினான். நின்று நின்று பொறுமையாக ஏறும் கௌடரின் கையிலிருக்கும் ஊன்றுகோலை வாங்கி, கையைப் பிடித்து வராந்தாவிற்குக் கூட்டிச் சென்றான். அவரைப் பார்த்தவுடன் சாய்வு நாற்காலியில் உட்கார்ந்திருந்த ஆசாரி கிருஷ்ணனும் குளமூல பத்மநாபன் நாயரும் அவசரமாய் எழுந்து சுவரில் சாய்ந்து நின்றார்கள். பெஞ்சில் உட்கார்ந்து கண்ணாடியைக் கழற்றி காவிநிற சால்வையில் துடைத்து, நெற்றியையும் அழுத்தித் துடைத்துக் கொண்டார் கௌடர்.

கௌடர் கைவைத்த மல் பனியனும் காவி வேட்டியும் காவி சால்வையும் அணிந்திருந்தார். ஒருவேளை சுமித்ரா சொல்வதுபோல மொத்த வயநாட்டிலும் மிகவும் சுத்தமான உடைகளை கௌடர்தான் அணிவார். சுமித்ரா வயநாட்டில் பார்த்த மிகவும் சுத்தமான பாதங்களும் அவருடையதுதான். அதிகாலையில் எழுந்து வாசலில் இருக்கும் கிணற்றிலிருந்து வாளி வாளியாகத் தண்ணீர் இரைத்துக் குளிப்பார். சுமித்ராவைத் தவிர அந்த வேளையில் யாரும் எழுந்திருக்கமாட்டார்கள். இந்த அதிகாலையில் அவளுக்கு நான் இருக்கிறேன் என்று தைரியம் சொல்லும் விதமாக மீண்டும் மீண்டும் சத்தமாகத் தண்ணீர் இரைத்து தலையில் ஊற்றுவார். இரும்புப் பெட்டியில் வண்ணாத்தி மாது சலவை செய்து கொண்டுவந்து அடுக்கியிருந்த துணிகளை எடுத்து உடுத்தி அவர் சமையலறைக்குப் போவார். சட்டென எரியாத தீக்குச்சிகள் எரி நட்சத்திரம் போல கீழே விழவிழ அவரே ஸ்டவ் பற்ற வைத்து கருப்புக் காப்பி போட்டுக்கொள்வார். மண்ணெண்ணெய் ஸ்டவ்வின் அலைந்தெரியும் முதல் ஜ்வாலையில் குருந்தாடியுடனான அவர்

முகத்தைச் சமையலறை ஜன்னல் வழியாக சுமித்ரா பார்ப்பாள். காப்பியை ஒரு வெண்கலக் குவளையில் நிறைத்து சாய்வு நாற்காலியில் இடதுபக்கமிருக்கும் ஸ்டூலில் வைத்து அன்றைய செய்தித்தாள் வரும்வரை முந்தின நாள் செய்தித்தாள்களை வாசிப்பார் கௌடர்.

இன்று பேப்பர்காரனும் தகவல் சொல்ல வந்த ஆளான கைமாவும் ஒன்றாகவே வந்தார்கள். ''புளிக்கல் வீட்டு இளைய தம்புராட்டி போயிட்டாங்க'' என்று தகவல் சொல்லி வாசல்படியில் கீழே இறங்கிய கைமாவுடன் பேப்பர் போடும் சங்கரனும் இறங்கினான். ரொம்ப நேரம் சாய்வு நாற்காலியில் சாய்ந்து படுத்திருந்தார் கௌடர். உடல் மிகுந்த சோர்வைத் தந்தது. 'சின்னக்குழந்தை அல்லவா அவள்?' சுவரில் தொங்கிக்கொண்டிருந்த திருப்பதி வெங்கடா ஜலபதியிடம் அவர் கேட்டார்.

மாலைநேரத் தேநீருடன் சாப்பிட உப்புமா செய்யும் நாட்களில் நாலரை மணிக்குள் சுமித்ரா காப்பிக்கொட்டைப் பறிக்கும் களத்திற்குப் போவாள்.(பதிமூன்று வருடத்திற்கு முன்னால் கிணற்றில் விழுந்து இறந்த கௌடரின் தங்கை பத்மாவதிதான் சுமித்ராவுக்கு உப்புமா செய்யக் கற்றுக்கொடுத்திருந்தாள். கர்நாடகக் கௌடர்கள்தான் இந்த உலகத்தில் மிகவும் ருசியான உப்புமா செய்கிறவர்கள். மீந்து போன சாதத்திலோ குழம்பின் மீதி காய்களிலோ, சுண்டக்காய்களிலோ மிகவும் ருசியான வடை செய்வார்கள்) காப்பிக்கொட்டைக் களத்தில் ஓடுவேய்ந்த சின்ன அறையில் ஏறும்போதெல்லாம் தலையில் இடித்து வலி ஏற்படுத்திய விபூதிப் பெட்டிக்குக் கீழே சாய்வு நாற்காலியில் உட்கார்ந்திருக்கும் கௌடருக்குப் பக்கத்து ஸ்டூலில் உப்புமாவை வைத்துவிட்டு சுமித்ரா நிறைய நேரம் சுவரில் சாய்ந்து நின்றுகொண்டிருப்பாள்.

கௌடர் மெதுவாக ருசித்துருசித்து சாப்பிடுவதைப் பார்க்க அவளுக்கு மிகவும் பிடிக்கும். ஒவ்வொரு வாய் சாப்பிடும்போதும் தான் உற்சாகப்படுத்தப்படுவதாய் அவளுக்குத் தோன்றும். வயதானவர்களிடம் இருக்கும் சோர்வை கௌடரிடம் எப்போதும் பார்க்கமுடியாது. உள்ளாடைகள் அணியாமல் கால்மேல்

கால்போட்டுக்கொண்டோ, மூக்கு நோண்டிக்கொண்டோ, கேட்பவர்களின் வாயில் உமிழ்நீர் வரும் விதத்தில் பெரும் சத்தத்துடன் ஏப்பம் விட்டுக்கொண்டோ, கேட்டால் காறி துப்பத்தோன்றும்படி ஒக்காளிக்கவோ கௌடர் ஒருபோதும் செய்ததில்லை. உற்சாகமாய் இருந்தால் கையைக் காட்டு என்று சொல்வார். சுமித்ரா அந்த சொல்லுக்காய் காத்திருப்பாள். நேற்றுகூட அவள் கையைக் காட்டினாள். ஆயுள் தெளிந்த வானமாய் இருப்பதைப் பார்த்து அவர் சொன்னார், "எண்பது வயசுவரைக்கும் பயப்படத்தேவையில்லை. ரேகையில் ஒரு சின்ன களங்கம்கூட இல்லை"

கௌடர் சொன்னால் அப்படியே பலிக்கும். அதனால் கௌடரிடம் கையைக் காண்பிக்க பலரும் பயப்படுவார்கள். குங்கன் பிட்டனிடம் இரண்டு வாரங்களுக்குப் பத்திரமாக இருக்க வேண்டும் என்று சொன்ன பதிமூன்றாவது நாள் காப்பிச்செடியின் நிறத்துடன் இருந்த கண்ணாடிவிரியனை மரக்கொம்பென்று நினைத்து இறுக்கிப் பிடித்துக் கடிவாங்கிய பிட்டன், தாங்க முடியாத வலியுடன் செத்தான். கண்ணாடி விரியன் கடித்தால் வலி அதிகமாகி தூக்கமும் தூக்கத்திற்கிடையே வலியும் மாறிமாறி வரும். வலியும் தூக்கமும் தங்களின் ஆதிக்கத்திற்காய் இடைவிடாமல் போராடும். நான் சொன்னேனே அப்பவே என்ற அர்த்தத்தில் கௌடர் பக்கத்தில் நின்றிருந்தபோது வலி அதிகமாகி உறக்கமற்றுப்போன பிட்டன் கண் திறந்து கௌடரைப் பார்த்து முகத்தைத் திருப்பிக்கொண்டான். பாம்பு கடித்தல்ல, கௌடர் சொல்லித்தான் பிட்டன் இறந்துவிட்டான் என்று மக்கள் நம்பினார்கள். புருஷோத்தமனின் அம்மா, மாடு கன்று போட்டால் காப்பி மரத்தினடியில் கட்டமாட்டாள். அந்த கௌடனின் கண்பட்டால் ஒருவாரத்திற்குக் காப்பிப் பட்டறைக்கேப் போக முடியாது. 'இந்தமுறை காப்பிக்கொட்டை நல்லா இருக்கு இல்ல' என்று கௌடர் சொல்லாமலிருக்க அவருடைய கவனத்தைத் திசைதிருப்பிக் கொண்டிருந்தார்கள் அந்த ஊர்க்காரர்கள்.

பிள்ளைகளிடமும் சொந்த பந்தங்களிடமும் தவிர கௌடர் எல்லோரிடமும் நல்லபடியாக நடந்துகொண்டார். அவர் வீட்டு

தடுக்கையில் தலை நிறைய காதுகளின் வழி கன்னத்தில் வழிந்து கீழே போகும் எண்ணெய்ப் பாதைகளுமாக காளியோ, குங்கியோ மாலைவரை உட்கார்ந்திருப்பார்கள். பித்தளையிலான சிறிய எண்ணெய்க் கிண்ணத்திலிருந்து போதும்போதும் என்று சொன்னாலும் கேட்காமல் ஊற்றிக்கொடுப்பார் கௌடர். கண்ணுக்குத் தாழும் எண்ணெயைப் புறங்கையால் துடைத்து துடைத்து அதில் ஊறி உட்கார பணிச்சிகளுக்கு மிகவும் பிடிக்கும். கருப்பியின் மகனான கேசவனின் மகன் ராதாகிருஷ்ணன் - கேசவன் என்றும் ராதாகிருஷ்ணன் என்றும் கௌடர் தான் பெயர் வைத்தார். கேச்சப்பா என்றுதான் காளி கூப்பிடுவாள் - காய்ந்த பலாமர இலையில் சின்ன குச்சி வைத்து சுற்றி, கண்ணுக்குத் கீழே ஒழுகும் எண்ணெயைத் துடைத்து, திண்ணையிலும் வாசலிலும் மாறிமாறி உட்காருவான் ராதாகிருஷ்ணன். கௌடர் கண்ணாடி ஜாடியிலிருந்து மரவள்ளிக் கிழங்கு பிஸ்கட்டை தினமும் ஒன்று என்ற கணக்கில் அவனுக்குக் கொடுப்பார். (கூடைக்காரன் அபுபக்கர் வரும்போது கௌடர் மொத்தமாக வாங்கி வைத்துக் கொள்வார். கருவாட்டின் லேசான மணத்துடன் இருக்கும் பிஸ்கட்டும், பாக்கும், வெற்றிலையும் வாரா வாரம் அபுபக்கரிடம் வாங்குவார். ஆனால் அவர் வெற்றிலை போடுவதில்லை. பணிச்சிகளுக்குக் கொடுக்கவே இதையெல்லாம் வாங்கினார். புகையிலையின் குச்சியைத் தன்னுடைய பேனா கத்தியால் சின்னதாக வெட்டி பற்களுக்கிடையில் வைத்துக் கொள்வார். புகையிலை நீர் உமிழ்நீரோடு கலக்கும் ருசிக்காக)

சுமித்ரா மட்டும்தான் கௌடரிடம் 'ஏன் தனியா இருக்கீங்க புள்ளைங்க கூப்ட வந்தாங்க இல்ல?' என்று கேட்டிருக்கிறாள். நேற்றுகூட, 'ராத்திரியில ஒரு டம்ளர் தண்ணி தேவைப்பட்டால் யாரைக் கூப்பிடுவீங்க. சுனந்தாகூட இல்ல, விஜயன்கூட போனால் என்ன?' என்று கேட்டாள்.

சுத்தத்தின் மணம் பரப்பும், அதிகம் பேசாத, தன்மையான காந்தியின் சிரிப்புடைய அந்த தனியான முதியவர் நான்கு நடை எட்டிப் போட்டால் வரும் நெல் வைக்கும் அறையில் தனியாக இருப்பது சுமித்ராவுக்கு எப்போதுமே ஆறுதலாக இருந்தது.

எலும்புருக்கும் கடும் குளிருள்ள மார்கழிமாத இரவுகளில் சுமித்ரா உறக்கம் கலைந்து உட்கார்ந்துவிடுவாள். கௌடர் இப்போது நடுங்கிக் கொண்டிருக்கலாம். உறக்கத்தில் கலைந்துபோன கம்பளி போர்வையின் வெளியே அவருடைய வெளுத்த நரம்புகள் புடைத்த கால்கள் மரத்துப் போயிருக்கலாம். ஒருமுறை போய் பார்த்துவிட்டு வரலாமா? கௌடருக்கு சுமித்ராவின் மீது தனி பிரியமிருந்தது. அவள் செய்யும் உப்புமாவிற்கு அவள் மீதான பிரியத்தின் ருசி இருந்தது. ஒரு நாளும் அதை மீதி வைக்காமல் வழித்து வழித்து சாப்பிட்டார்.

சுமித்ரா எப்போதாவது கௌடரிடம் கடன் வாங்குவாள். அவருடைய இரும்பு பெட்டியில் பலமுறை சுருட்டிய கசங்கிய நோட்டுகள் இருந்தன. ஒருமுறை தனக்காக என்று சொல்லி மாதவிக்காக கௌடரிடம் கடன் வாங்கியிருந்தாள். அவளுக்கென்றால் அவர் தரமாட்டார். சுமித்ராவுக்கு ஏதாவது உதவி செய்த நாட்களில் அவர் அவளிடம் அதிக பிரியத்துடன் இருந்தார். அவ்வப்போது ஒரு அநாதையாவது அவளுக்கும் பிடித்திருந்தது. சார்ந்திருப்பதன் சுகம் என்றுமே வாசுதேவனுக்கு தெரியாது. அவருக்கு இந்த கடன் விளையாட்டு தெரியாமலிருக்க, சுமித்ரா அதை மனதிற்குள்ளேயே வைத்து மூடிக்கொண்டாள். எதையும் சாராமல் வாழ்வது என்ன வாழ்க்கை? ஒருவித அகங்காரம் மட்டுமே இருக்கிறது. வீட்டிலுள்ள மேசை, நாற்காலிகள் போல அர்த்தமற்றது இத்தனிமை.

எல்லா வருடமும் கார்த்திகை மாதத்தில் தன்னுடைய பிறந்த நட்சத்திரமான அஸ்வதிக்கு ஒருவாரம் முன்பே கௌடருக்கு உடல்நிலை சரியில்லாமல் போய்விடும். அவரின் கடும் இருமலை அவள் வீட்டிலிருந்தே கேட்க முடியும். பிறந்த நாள் நெருங்க நெருங்க நோய் கூடும். அனுசூயாவின் டிஃபன் கேரியரில் கீழ் அடுக்கில் நொய்யரிசி கஞ்சியும், நடுக்கிண்ணத்தில் வாழைக்காய் பொரியலும் அதற்கும் மேல் தேங்காய் துவையலும் எடுத்துக் கொண்டு சுமித்ராவே போவாள். சுனந்தா பீங்கான் ஜாடியில் போட்டு வைத்திருந்த உப்பு நார்த்தங்காயில் ஒன்றை எடுத்துக் கொள்வாள்.

உப்பில் ஊறவைக்க, அப்பளம் இட்டுவைக்க எனப் பார்த்தவுடன் ஆசைவரும் சின்ன சின்ன வெண்கலப்பாத்திரங்கள், கௌடரின் வீட்டு அலமாரியில் இருந்தன. அதை ஸ்டூலில் எடுத்து பரப்பிவைப்பாள் சுமித்ரா. உள்ளே இருந்து குடுவை மாதிரி கிண்ணத்தை எடுத்து அதில் நொய்யரிசி கஞ்சியை ஊற்றி வைத்து அவரைக் குடிக்க வைப்பாள். பிறந்த நாளன்று சாயந்திரமே காய்ச்சல் சரியாகிவிடும். இருமல் குறைந்து வறட்டு இருமலாக மாறும். இனி ஒருவாரத்திற்குள் அஸ்வதி நட்சத்திரம் வரும். கௌடர் அகதியாகும் வாரம். இன்று சாயங்காலமே இருமல் தொடங்கும். இதோ சுமித்ரா படுத்துக்கிடப்பதற்கு நாலடி பின்னால் சுவரில் மாட்டியிருக்கும் காலண்டரில் டிசம்பர் பதினெட்டைச் சுற்றி இருக்கும் வட்டம் அந்த வியாதியுடையதுதான். புதிய காலண்டர் வாங்கியவுடன் சுமித்ரா அவளுடையதும் வாசுதேவன், அனுசூயா, புருஷோத்தமன், கௌடர் என எல்லோரின் பிறந்த நாட்களையும் இப்படி வட்டமிடுவது வழக்கம்.

யானைக் குட்டி

காரிலிருந்து இறங்கி பத்து நிமிடம் நடந்து நெற்றி நிறைய மணிமணியாய் வியர்வை படர புடவை முந்தானையால் தலையை மூடி, சற்று பருமனான, சிவந்த, அதிக உயரமில்லாத, ஐந்து வயது குழந்தையின் கண்களும் முகமும் வாய்த்த சுபைதா, பக்கத்தில் நிற்கலாமா என்று சுற்றிலும் ஒருமுறை பதற்றத்துடன் பார்த்துவிட்டு சுமித்ரா படுத்திருப்பதற்குப் பின்னால் போய் நின்றாள்.

பால்வாடியில் படிக்கும் முகம், பார்க்கும்போதே வளரும் மார்பகங்கள் இன்றோ, இரவிலோ வெடித்துவிடும் என்ற பயத்தைத் தருமென்று சுமித்ரா எப்போதும் அவளைக் கிண்டல் செய்வாள். இந்த *உம்மக்குட்டியின் முகத்தைப் பார்த்துக்கொண்டிருந்தால், தான் உடுத்தியிருக்கும் உடையும்கூட கவுனாக மாறிவிடுமோ என்று சுமித்ராவுக்குத் தோன்றும். சுமித்ரா கீதாவுடன் ப்ராவிடண்ட் கல்லூரி விடுதியின் பதினெட்டாம் எண் அறையில் தங்க ஆரம்பித்து இரண்டு நாட்கள் கழித்து சுபைதா வந்து சேர்ந்தாள். சுபைதா என்ற வேற்று மதப்பெண்ணின் வருகையினால் தங்களுக்குள் ஏற்கனவே இருந்த நெருக்கம் மேலும் அதிகமானதாய் இரண்டு பேரும் காட்டிக் கொண்டார்கள்.

போதாக்குறைக்கு அவர்கள் இருவரும் பி.எஸ்ஸி. பிஸிக்ஸ், சுபைதா பி.ஏ. வரலாறு. சின்னதான ஒரு ராகிங் உற்சாகத்திற்காக ஆலிஸின் அற்புத உலகத்தின் எலியைப் பற்றி கீதாவிடம் பேசினாள் சுமித்ரா. ஆலிஸ் அழுதழுது வரவழைத்த கண்ணீரின் குளத்தில் மூழ்கிப்போன எலி கரையில் தட்டுத் தடுமாறி ஏறி அமர்ந்து உடலைக் காய வைப்பதற்காக வரலாறு படிக்கிறது. அவ்வளவு வறண்டது

***** *உம்மக்குட்டி முஸ்லிம் பெண்*

தானே உன் சரித்திரம்! இதைக் கேட்டு சரித்திரத்தின் மீது தேசப் பற்றில்லாத சுபைதா அவர்களிருவரையும் விட உச்சத்தில் சிரித்தாள். சுபைதாவின் குழந்தைத்தனமான முகம் பார்த்து அவர்கள் மனதில் அவள் மீதான ஈர்ப்பு வருவதை இரண்டு பேரும் வலுக்கட்டாயமாக மறைத்துக் கொண்டார்கள். எல்லாவற்றையும் மீறி அவர்களுக்கு அந்த சிரிப்பு மிகவும் பிடித்திருந்ததால் அதில் லயிக்கவும் செய்தார்கள்.

கீதாவிற்கு இருந்ததைப் போலொரு ரகசியம் சுபைதாவுக்கும் இருந்தது. என்னுடைய ரகசியக்காரிகள் என்றுதான் சுமித்ரா அவர்களைச் சொல்வாள். விடுதிக்கு வந்த மூன்றாம் நாளிரவு அவர்கள் தூங்கப் போனபோது கட்டிலில் சம்மணமிட்டு உட்கார்ந்து மடியில் தலையணை எடுத்துவைத்து, ''எனக்கு உங்ககிட்ட ஒண்ணு சொல்லணும், சொல்லலன்னா என்னை முழுக்க வெளிப்படுத்தாம மறைச்சு வாழ்ந்தது போல இருக்கும். என்னால தூங்கவே முடியாது.'' என்று சுபைதா பேசத் தொடங்கினாள். கொண்டோட்டியில் புதுப்பணத்து கோயக்குட்டி சாகிப்பின் மகள்தான் சுபைதா. அவர்களுடையது பெரிய குடும்பம். மூன்று யானைகள், ஒரு யானைக்குட்டி, ஐந்து லாரிகள், கோழிக்கோடு - பாலக்காடு லைனில் ஓடும் சி.ஆர்.எம்.எஸ். பஸ்கள் எல்லாமிருந்தன. அவர்கள் வீட்டு யானைக்குட்டி மிகவும் குறும்பானது. சின்ன இருண்ட அறைகளுள்ள வீட்டில் அது உள்ளே வந்து நிசப்தமாக நிற்கும். பிளிறிக் கொண்டு அவளைக் கடந்து போகும் அந்த யானைக்குட்டியை அவளுக்கு பிடித்திருந்தாலும் பயமுறுத்தியதற்காய் சுபைதா அதை நன்றாக அடிப்பாள். அதற்காக வீட்டில் தோல் சீவி வைத்திருக்கும் பச்சை மரக்குச்சியை அவள் எப்போதும் வைத்திருப்பாள். அவள் அப்பாவின் தலைப்பாகை, அம்மாவின் தட்டு என எல்லாவற்றையும் இழுத்து எடுத்து வாசலில் நிற்கும் மைசூர் செண்பக மரத்தடியில் கண்களில் குறும்புச் சிரிப்போடு போய் நிற்பதுதான் அதற்கு எப்போதும் பிடித்த விளையாட்டு. எப்போதும் பழக்குலை வைத்திருக்கும் உக்கிராணஅறையின், மூடியிருந்த கதவைத் திறந்து அவளையும் இழுத்துக்கொண்டு போகும் யானையைப் பார்ப்பதற்காக மதியம் பள்ளிக்கூடம் விட்டால் பிள்ளைகளெல்லாம்

ஓடி வருவார்கள். அப்போது பெருமிதமாக சுபைதா அதன் முதுகில் கை வைத்து இந்த யானைக்கு தான் தான் சொந்தக்காரி என்பதுபோல நிற்பாள். வைத்த பொருளை வைத்த இடத்தில் காணாதபோது சுபைதாவின் செல்ல குட்டிதான் கொண்டு போயிருக்கும் என அம்மா சொல்வாள். யானையும் அவளும் நின்றால் வேறு யாருக்கும் இடமில்லாத, இருண்ட யானை வாசம் நிறைந்த கதகதப்பான அறைபோல இருந்தது, அவள் வாழ்க்கை. வகுப்பிலிருந்த போதும் அவள் அந்த அறைக்குள்ளேயே வசித்தாள்.

அன்று பனி பொழியும் தைமாத காலையானதால், முற்றத்தில் அவளும் யானைக்குட்டியும் வெயில் காய்ந்து கொண்டிருந்தார்கள். சுற்று வட்டாரத்தில் எங்கிருந்து பார்த்தாலும் அந்த முற்றம் தெரியும். சட்டென்று அந்த யானைக்குட்டி அவளுடைய இடுப்பு வேட்டியை அவிழ்த்தெடுத்துக் கொண்டு ஓடியது. அவளுக்கு உள்ளாடைகள் அணியும் பழக்கமில்லை. மேல் துண்டும் கெட்டி வேட்டி மட்டுமே அணிந்த அந்த ஒன்பதாம் வகுப்பு படிக்கும் பெண், தொந்தரவு என்றுதான் உள்ளாடைக்குபு பெயரிட்டிருந்தாள். ஜாக்கெட் மட்டுமே இருக்க கீழே ஒன்றுமே இல்லாமல் நிற்கும்போது, நிர்வாணத்தை அதிகம் உணரும் தடித்த பெண்களில் ஒருத்தியாக இருக்கும் சுபைதாவிற்கு அவமானம் தாங்கமுடியவில்லை. வெயிலில் காயவைத்திருந்த கொள்ளுக்குப் பக்கத்திலிருக்கும் பெரிய அருவாமணையை எடுத்து அப்போது குலுங்கி குலுங்கி பக்கத்தில் வந்து நின்ற யானைக்குட்டியின் மத்தகத்தில் அவள் ஓங்கி அடித்தாள். ஒருமுறை நிமிர்ந்த அந்த குட்டி நிலத்தில் குனிந்தது. டாக்டரை அழைத்துக் கொண்டு வருவதற்குள் வழியும் கண்ணீருடன் அவளைப்பார்த்த, அவளுடைய பிரியமான யானைக்குட்டி அப்படியே சரிந்தது.

அவள் வாழ்வின் அமைதி அன்றோடு குலைந்தது. விளக்கணைத்தால் ஏற்படும் இருட்டு அந்த யானைக்குட்டியின் இருட்டுக்கு ஒப்பாக இருந்தது. அவள் விளக்கணைக்காமல் தூங்கப் பழகினாள். எவ்வளவு நேர்த்தியாக உடை அணிந்தாலும், ஆட்கள் அவளை யானை இழுத்த பின் துணி இல்லாமல் தடித்த தொடைகளுடன்

நிற்பவளைப் பார்ப்பதாகவே தோன்றும். பிறகு அவள் வேட்டி கட்டுவதில்லை. உள்ளாடைகள் அணியாமலிருந்ததில்லை. கழிப்பறையில் கூட ஜட்டியை முட்டிவரை தாழ்த்தித்தான் உட்காருவாள். அவளைப் பற்றி முணுமுணுப்பவர்களை ஒதுக்கி விட்டு தனியாக காரில் பள்ளிக்கூடம் போக ஆரம்பித்தாள். எந்தச் சூழலிலும் யாருடைய திருமணங்களுக்கும் போவதில்லை. அந்த வருடம் தேர்வு எழுதவும் போகவில்லை.

தன் ரகசியம் தெரியாத இடம் தேடி அவள் பதினொன்றாம் வகுப்பில் ஃபரூக் கல்லூரியில் சேர்ந்தாள். எப்படியோ விஷயம் கசிந்து இரண்டாம் நாளே அவளுடைய விடுதி அறைக்குப் பக்கத்து அறை மாணவிகள் வரத்தொடங்கினார்கள். யானைக்குட்டி மீண்டும் நிறைய ஆட்களின் மனதில் அவளுடைய துணியை உருவிக்கொண்டு குலுங்கி குலுங்கி ஓடியது. அவள் மீண்டும் ஒரே அடியில் யானையைக் கொன்ற கோர முஸ்லீம் பெண்ணாக மாறினாள். டிகிரி படிக்க வந்த இடத்தில் யாருக்கும் இது தெரியாது என்றுதான் நினைத்தாள். நேற்றிரவும் முந்தினநாள் இரவும் ஒரு நிமிடம்கூட உறங்கவில்லை. மறைந்து ஓடாமல் பிடிபட்டு சிறையிலடைக்கப் பட்ட குற்றவாளி போல சுதந்திரமும் நிம்மதியும் எனக்கு வேண்டும். மறைந்து வாழ என்னால் முடியாது. நீங்கள் அந்த முற்றத்தில் நிர்வாணமாய் நின்ற என் நிலையை உணரும்போது ஒருவேளை, நான் நன்றாக நிம்மதியாகத் தூங்குவேன்.

இந்த ரகசியத்தின் பகிர்வு அவர்கள் மூன்று பேரையும் மூவாயிரம் வருட பழக்கமுள்ளவர்களாக மாற்றியது. அதற்குப் பிறகுதான் கோழிக்கோடு பட்டிணம் உருவானது. இஸ்லாமியர்கள் கேரளாவில் அதிகம் வரத் தொடங்கினார்கள். அந்தப் பழமையான ரகசியத்தை அவர்கள் யாரிடமும் பகிர்ந்து கொள்ளவில்லை. அதை ஞாபகப்படுத்தி ஒருபோதும் அவர்கள் சுபைதாவைப் பரிகசித்ததில்லை. அந்த நான்கு வயது குழந்தை முகம் அந்த அறையின் முதிர்ச்சிக்குப் பிராயசித்தம் செய்து கொண்டிருந்தது. இரண்டாம் வருடம் படிக்கும்போது சுபைதாவை அக்கல்லூரியில் உலக அழகியாக தேர்ந்தெடுத்தார்கள். மானும், மயிலுமெல்லாம்

போட்டியில் பங்கெடுத்து தோற்றுப் போயின. அன்றைய நிறைவு விழாவில் சுமித்ரா பேசினாள்.

சொல்வதற்கென்று எங்கேயாவது ஏதாவது இருந்தால் இறந்ததை பொருட்படுத்தாமல் சுமித்ரா சுபைதாவிடம் இப்போதும் சொல்லலாம். 'கீதா முன்கூட்டியே வந்து வெகு நேரம் என்னருகில் உட்கார்ந்திருந்தாள். உனக்காக காத்திருந்திருக்கலாம். நீ வரமாட்டாயோ என்றுகூட நினைத்திருக்கலாம். நானும் பயந்துவிட்டேன். நீ வராமல் போயிருந்தால் என் மரணம் பூர்த்தியடைந்திருக்காது. உன்னைப் போலவே ரகசியத்தில் தன்னை பொசுக்கிக் கொள்பவள் என்று நீ சொல்லும் வகீதாவை இப்போதாவது கூட்டிக்கொண்டு வந்திருக்கிறாயா?' நான் அவளைப் பார்க்க வெகு நாட்களாய் ஆசைப்பட்டேன்.

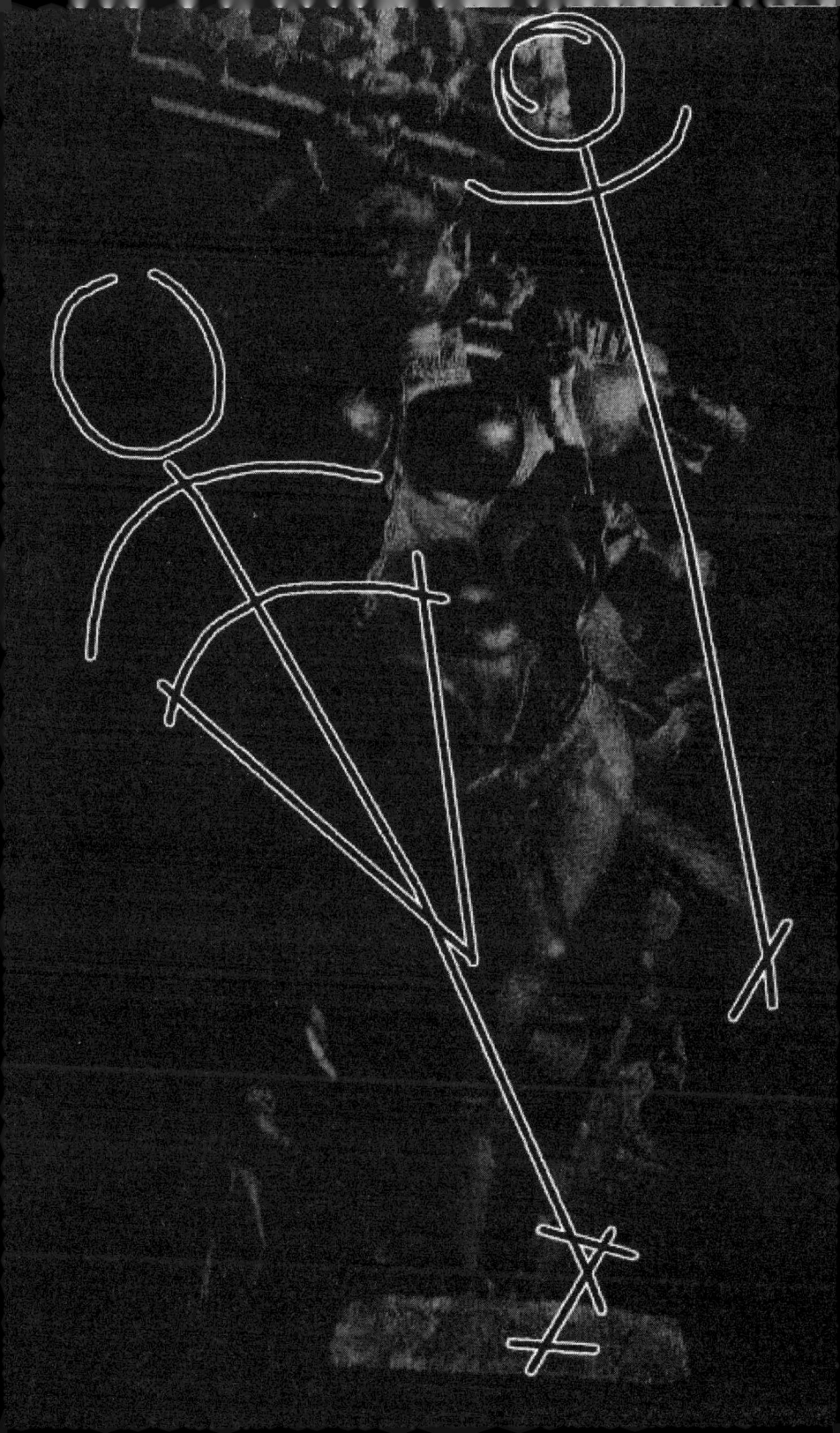

யாத்திரை

தாசன் அப்போது எஸ்.கே.எம்.ஜே. ஹைஸ்கூலில் ஒன்பதாம் வகுப்பு படித்துக்கொண்டிருந்தான். கிறிஸ்துமஸ் விடுமுறை முடிந்து பள்ளிக்கூடத்திற்குப் போனபோது வாசலில் தோரணம் கட்டி மைதானத்தில் சின்னப் பந்தல் போட்டிருந்தார்கள். இரண்டு மரங்களுக்கிடையில் பேனர் கட்டப்பட்டிருந்தது. 'பாரத் சர்க்கஸ் புகழ் வேலாயுதத்தின் ஏழு நாட்கள் தொடர் சைக்கிள் ஓட்டம். தினப்படி வேலைகள் எல்லாம் சைக்கிளில்தான். அது மட்டுமல்லாமல் அதிசயமான சைக்கிள் ஓட்ட சாகசங்களும் நிகழ்த்தப்படும்' ரோட்டரி கிளப்பும் ஜூனியர் சேம்பரும் சேர்ந்து தான் இந்த நிகழ்வை ஏற்பாடு செய்திருந்தார்கள்.

''சைக்கிளிலிருந்து தரையில் கால் வைக்காமல் ஏழு நாட்களா? அது முழு பொய். முடியவே முடியாது'' சுலைக்கா சாவித்ரி அந்தர்ஜனத்திடம் சொன்னாள். வகுப்பறையில் அமர்ந்து பிள்ளைகள் வேலாயுதம் யாருடைய பார்வையிலும் படாமல் தூங்குவதற்கும் கழிப்பறைக்கு போவதற்குப் முள்ள சாத்தியப்பாடுகளைக் கண்டுபிடிக்க ஆரம்பித்தார்கள். நடு ராத்திரியில் அவன் இதையெல்லாம் செய்தால் யார் கண்டு பிடிக்கப் போகிறார்கள்? என்றாள் புலையன் குஞ்ஞுட்டியின் மூத்த மகள் சாவித்ரி அந்தர்ஜனம். கோபால மேனன், சுபா அடியோடி, திலீப் நம்பூதிரி என்று குஞ்ஞுட்டி மற்ற மூன்று பிள்ளைகளுக்கும் பெயர் வைத்திருந்தார். அட்மிஷன் ரிஜிஸ்தரில் சாவித்ரி அந்தர்ஜனம் - இந்து ஆதி திராவிடர் என்று எழுதிய சங்கரக்குருப்பு வாத்தியார் ஒரு வாரம் தனியாக சிரித்துக் கொண்டிருந்தார். இதற்காக ஆயுசு காலம் வரைகூட அவரால் சிரிக்கமுடியும். ஆனாலும் தற்காலிகமாக அதை நிறுத்திக்

கொண்டார். சிரிப்பினிடையில் ஏ.இ.ஓ. நம்பீசனைப் போய் பார்த்து தன் சந்தேகத்தைக் கேட்டார். 'அதிலென்ன சார் இருக்கு? நாய்ப்பீ என்று கூட அவன் பேர் வச்சுக்கிட்டும். அது அவனவனோட விருப்பம். நாமளே புரட்சிக்கு எதிராக நிக்க வேண்டாம்' என்றார் நம்பீசன் ஒரு உள் அர்த்தத்தோடு.

அந்த ஆள் எப்படி சைக்கிளிலேயே அமர்ந்துகொண்டு காலைக் கடன்களை முடிப்பான் என்று யோசித்து சிரிப்பை அடக்க சிரமப்பட்டவர்கள் முழுக்க முழுக்க மாணவிகளும் ஆசிரியைகளுமாகவே இருந்தார்கள். கோமதி டீச்சர் சிரித்து சிரித்து நிற்க முடியாமல் தள்ளாடினாள். அந்த நாட்களில் 'கக்கூஸ்' என்று சும்மா சொன்னாலே சிரிப்பு வரும். பெண் பிள்ளைகள் சிறுநீர் கழிக்க வெளியே போவதைவிட அடக்கிவைத்தே பழகிக் கொண்டார்கள். மாலையில் வீட்டிற்குப்போய் அரைமணி நேர வலியைச் சகித்துக் கொண்டால்தான் சொட்டு சொட்டாக சிறுநீர் வரும். இடைவேளையில் டீச்சரிடம் கேட்டுக்கொண்டு கழிப்பறைக்கு போய்விட்டு வந்த ஒன்பதாம் வகுப்பு 'சி'யில் படித்த வசந்தா வாழ்நாள் முழுக்க 'கக்கூஸ் வசந்தா' என்று தான் அறியப்பட்டாள். 'கக்கூஸ் பிரசவத்திற்கு வந்திருக்கா' என்று தான் உடன் படித்த பெண் வசந்தா பிரசவத்துக்குத் தாய் வீட்டிற்கு வந்ததைச் சொன்னாள்.

குழந்தைகள் காலை ஏழு மணிக்கு முன்பே குளிரைப் பொருட்படுத்தாமல் மைதானத்திற்கு வந்தாலும் வேலாயுதனைக் கையும் களவுமாகப் பிடிக்க முடியவில்லை. வேலாயுதன் புதுத்துணி மாற்றி கழுத்தில் கர்ச்சீஃப் கட்டி ஒற்றைக் காலாலோ, ஹேண்ட்பரில் இரண்டு கால்களையும் ஏற்றிவைத்தோ, பின்னால் திரும்பியோ சைக்கிள் ஓட்டிக்கொண்டிருந்தான். மைக்செட்டில் பேசிக்கொண்டே இருக்கும் ஜோஸ், ஒவ்வொருமுறை வேலாயுதன் வளைவுகளில் திரும்பும்போதும் புட்டும் கடலைக்கறியும் தட்டில் வைத்து வேலாயுதனுக்கு ஊட்டிவிட்டுக் கொண்டு கூடவே ஓடினான். பள்ளி இடைவேளையின் போது மெஹபூப், சீர்காழி கோவிந்தராஜன்,

கே.எஸ்.ஜார்ஜ் போன்ற பாடகர்களின் பாடல்களோடு சத்தமாக மைக்செட் அலறியது. மயக்கத்திற்கு ஆட்பட்டவனைப் போலத்தான் மதியத்திற்குமேல் அவன் சைக்கிள் ஓட்டினான். நான்கு மணிக்குமேல் வேலாயுதன் புதியபுதிய யுத்திகளைக் கையாண்டு சைக்கிள் ஓட்டியதால் எல்லோரும் உற்சாகமானார்கள்.

மானந்தவாடி ஹைஸ்கூலில் வேலாயுதனின் அடுத்த சைக்கிள் சாகசம். தாசன்தான் இந்தமுறை வேலாயுதனின் உதவியாள். வளைவுகளில் திரும்பும்போது தாசன் தட்டில் தோசையைப் பிட்டு சட்னியில் புரட்டி, பாட்டின் தாளத்திற்கேற்ப சைக்கிளின் பின்னால் ஓடியபடியே, வெற்றிலையால் சிவந்திருந்த வேலாயுதனின் வாயில் ஊட்டினான். அவன் தன்னை ஒருதாய்ப் பறவையாய் உணர்ந்த தருணமது. குளிக்கும்போது உடம்புக்கு தண்ணீர் ஊற்றிக்கொடுத்துக் கொண்டும் சோப் தேய்த்துக்கொண்டும் தாசன் வேலாயுதனோடு சின்னச்சின்ன தூரங்களைக் கடந்தான்.

பின்னாட்களில் கோட்டத்தரா ஆட்கள் தாசனை ஹோமியோ மருத்துவர் எட்வின் சாக்கோவின் பி.ஆர்.ஓ.வாகத்தான் பார்த்தார்கள். புதன்கிழமைகள் தோறும் தெக்குதரயின் புதிய வீட்டில் சங்கரன் நாயரின் கடையிலும் மற்ற நாட்களில் பத்தேரியில் இப்போதைய ஜெயா ஓட்டலின் பக்கத்திலும் கிளினிக்குகள் தொடங்கிய நாட்களில் அப்பகுதியில் மிகவும் பரபரப்பாகிப் போனான் தாசன். நோய் பற்றிய குறிப்புகளைத் தெளிவாக எழுதியும், ஒவ்வொரு நோயாளிகளுக்கும் தனித்தனி ஃபைல்கள் ஆரம்பித்தும், ஆலோசனைகள் வழங்கிக் கொண்டிருக்கும் போதே, “நெற்றி வியர்க்குதில்லையா?”, “இடது பக்கம் படுக்கத்தான் புடிக்குதா?”, “இரவில் தண்ணீர் குடிக்க எழுந்திருப்பீங்க இல்லையா?” போன்ற நுட்பமான கேள்விகளைத் தாசன் கேட்பதன் மூலம் அவன் நோயாளிகளின் உள்ளம் கவர்ந்த உதவியாளனானான். கொய்னா மாத்திரைகளின் கசப்பை மட்டுமே சுவைத்திருந்த வயநாட்டு மக்கள் முதன்முதலாய் இனிப்பு மருந்தைச் சாப்பிட ஆரம்பித்தார்கள். குழந்தைகளும் வயதானவர்களும் மறக்காமல் இனிப்பு மருந்தைக்

கேட்டு வாங்கினார்கள். மாத்திரைகளின் அளவு குறைந்தது போலவே அதைத் தாங்கிவந்த மெலிந்த நீண்ட டப்பாக்களும், மருந்தின் குறைவான விலையும் மக்களை ஈர்த்தது. வியாதி குறையவில்லையானாலும் அதிகமாகவில்லை என்ற அதிசயத்தை அவர்கள் சீக்கிரமே உணர்ந்தார்கள். இம்மருத்துவத்தில் ஒரு பக்கவிளைவும் இல்லை என்பதை தாசன் அழுத்தம் திருத்தமாகச் சொன்னான். உடல் மெலிவிற்கும், மூச்சு வாங்காமல் இருப்பதற்கும், பால் சுரப்பதற்கும் மக்கள் பக்கவிளைவுகள் இல்லாத இந்த மருந்தினைச் சாப்பிட ஆரம்பித்தார்கள். மருந்து தீர்ந்தபின் குழந்தைகள் அந்த காலி பாட்டில்களைத் தனதாக்கிக் கொண்டார்கள்.

மூன்று மாதத்திற்குள் தாசன் அந்த வேலையையும் விட்டு விட்டான். நாரயணன் அண்ணன் விடுமுறை முடிந்து பாம்பாய்க்கு திரும்பிப்போன போது தாசனும் உடன் போனான். பம்பாயில் ஓட்டலில் வேலை செய்த நாட்களில் ஒருமாலை காட்சியில் பார்த்த ஹேமந்த் டெண்டுல்கரின் 'முக்தி' என்ற நாடகம்தான் தாசனை மீண்டும் வீட்டுக்குத் திருப்பி அனுப்பியது. 'வீட்டிற்குள் சக்கர நாற்காலியில் மட்டுமே தன்னுடைய எல்லா வேலைகளையும் செய்யக்கூடிய அம்மாவின் மகன் நகரத்திற்குப் போய் மருந்து வாங்கிக்கொண்டு திரும்பும்போது பஸ் விபத்தில் சிக்கி சின்னாபின்னமாகிறான். வெளியில் கதவைப் பூட்டிவிட்டு வந்த, யாரும் உதவிக்கு ஆள் இல்லாத அந்த அம்மாவின் மகனுக்கு இறந்து கிடப்பதற்கான சுதந்திரம் கூட இல்லை. சாலையில் பல இடங்களில் சிதறி தேய்ந்து கிடக்கும் தன் உடல் பாகங்களை ஒன்றாய்ச் சேர்த்து, எடுக்கமுடியாத சதையையும், உறைந்திருக்கும் ரத்தத்தையும் அங்கேயே விட்டுவிட்டு, ஓரளவிற்கு ஒரு மனித உருவமாக மாறுகிறான். தன்னை யாரும் கவனிக்காத அந்த கூட்ட நெரிசலில் நடந்து வீட்டிற்கு வந்து கதவைத் திறந்து, அம்மாவிற்கு மத்தியானத்திற்கான மருந்தினைக் கொடுத்து அவளுடைய சக்கர நாற்காலியைத் தள்ளிக்கொண்டு கழிப்பறைக்கு அழைத்துப்போகும்

காட்சியோடு நாடகம் முடிவடைகிறது' நாடகம் முடிந்ததும் தாசன் நேராக ரயில்நிலையத்திற்கு போய் சேர்ந்தான். விட்டுவிட்டு ஜுரம் வந்து முனகிக்கொண்டு படுத்திருக்கும் அம்மா, தாசன் வந்தபோது இழுத்துப் போர்த்திக்கொண்டு படுத்திருந்தாள்.

அம்மாவின் மரணத்திற்குப்பின் அவன் வாழ்வு எந்த வரையறைக்கும் உட்படாமலானது. தனக்கு ஏற்பட்ட அபாயங்கள், நோய்கள், கஷ்டங்களெல்லாம் அம்மாவின் இறப்பிற்குப் பிறகு ஒன்றுமே இல்லாமல் ஆனது. எவ்வளவு உயரமான மர உச்சிக்கும் ஏறினான். பேருந்தின் படிக்கட்டுகளில், லாரியில் ஏற்றப்பட்ட கருங்கற்களினிடையில் கூட பயணிக்க அவனால் முடிந்தது. வாழ்க்கை மிகவும் லேசனாது. எந்தக் காரணமும் இன்றி ஒரு விரக்தி சிரிப்புடன் திரிந்தான். எப்போதாவது வாசலில் புதிர் போல மண்டியிருக்கும் காட்டுச்செடிகளை மிதித்து தன் வீட்டுத் திண்ணையில் ஏறியபோது, அங்கே படுத்துக்கிடக்கும் பக்கத்து வீட்டு, எதிர் வீட்டுப் பூனைகள் தலையுயர்த்தி ஒருசேர அழுதன. திண்ணையிலேயே கொஞ்ச நேரம் வெறுமனே உட்கார்ந்திருந்து விட்டு அப்படியே வீட்டைத் திறக்காமலேயே திரும்பிவிடுவான்.

தாசன் மாறிக்கொண்டிருந்தான். பயணங்கள்தான் அவனுக்கு இப்போது மிகவும் பிடித்த ஒன்று. தனிமை விசாலமான மைதானங்களாக மாறிப் போனது. மேலேறி கடந்துவிட முடியாத அகத்தை தரிசிக்கும் நதிகளாகவும் மாறியது. நுட்பமான வேலைப்பாடுகளாலான கோயில்களானது. குகைகளாய், புதிய நகரங்களாய், வாகனங்களுக்குப் போக இடம் கொடுக்காத செம்மறி ஆட்டுக் கூட்டங்களாய் மாறின. எதிர்பாராத நிகழ்வுகள் நிகழாத பயணமே அவனுக்கு இல்லாமலானது. இமயமலையில் ஏறும்போது புதிய மனிதரொருவர் தாசனுக்கு மட்டுமே கேட்கும் தொனியில் அதி இனிமையான கீர்த்தனை ஒன்றைப் பாடினார். கையிலிருக்கும் உலோகம் சொர்ணமாக மாறும் பயணங்கள்தான் எல்லாப் பயணங்களும் என்று ராமேஸ்வரத்தில் ஒரு சன்னியாசி அவரிடம் சொன்னது நினைவிற்கு வந்தது. சிவன் கோவில் நந்தி பெரிதாக

வளரவளர அதன் வயது குறைகிறது. பிள்ளையாரும் அப்படித்தான். பிள்ளையாரின் பெரிய விக்ரகம்தான் பாலகணபதி, பிரகதீஸ்வரன் கோவிலில் அறிமுகமான தமிழ் எழுத்தாளர் சொன்னார். பயணங்கள் தாசனைக் கதைகள் வாசிக்கவும், ஓவியங்களை ரசிக்கவும், சங்கீதத்தில் மூழ்கவும் வழிநடத்தின.

கஜுராஹோ கோவில்களில் கூட்ட நெரிசலிலிருந்து விடுபட்டு கிழக்கு கோவிலின் பின் வராந்தாவில் மல்லாந்து படுத்து தாசன் பார்க்கமுடியாமல் போன காந்தியுடன் தன்னுடைய மாற்றுக் கருத்தைப் பகிர்ந்துகொண்டான். ‘மண்பூசி மூடப்பட வேண்டியவை அல்ல இந்த சிலைகள். அவை காமம் கொப்பளிப்பவையும் அல்ல. சுய இன்பத்தில் ஈடுபட்ட அந்தப் பெண் கணவனின் முதுகில் ஆறுதலாய் வைக்கும் கையைக் கவனித்தீர்களா? இவ்வளவு இணக்கத்தை நீங்கள் எங்காவது பார்த்திருக்கிறீர்களா? நிர்வாணம் என்பதில் அவர்களுக்கு எந்த சங்கோஜமும் இல்லை. காமம் பாவமாதற்கு முந்தின நிர்வாணம் இது. நுட்பமான விளக்கங்கள் அவற்றைக் காமமில்லாமல் செய்கின்றன. விளக்கங்கள் களங்கமற்று கருதப்பட வேண்டியவை.

பயணங்களுக்கு நடுவே கிடைக்கும் சின்ன ஓய்வின்போது மட்டும்தான் தாசன் வீட்டிலிருந்தான். புது இடங்களுக்கு புறப்படத் தேவைப்படும் ஆயத்தமாக இருந்தது அந்த ஓய்வு. ஊரிலிருக்கும் போது ஒவ்வொரு வீட்டிற்கும் போய்விட்டு வருவான். அவரவர்கள் வீட்டு வாசலில் ஒரு ஸ்குருவையோ, கொலுசின் திருகாணியையோ, சின்ன டப்பாவையோ, வீட்டுக்காரர்கள் எத்தனைத் தேடியும் கிடைக்காத சாவியையோ, நெட்டையோ எடுத்துக்கொண்டுதான் தாசன் அந்த வீட்டுக்குள் ஏறுவான். அவன் யார் வீட்டிலும் எந்த வழியாகவும் உள்ளே போகலாம். பப்பாளிப் பழத்தைப் பறிக்கக் காலையிலிருந்தே சிரமப்படும் வீட்டுப் பெண்களிடம் சொறட்டுக் கோலை வாங்கி முதல் குத்திலேயே பழம் பறித்துக் கொடுப்பதிலிருந்து, ஈக்கடியால் அசௌகரிமாக நிற்கும் கறவைப் பசுக்களை ஆறுதலாய் கழுத்தில் தடவிக்கொடுத்து பால் கறக்க உதவி,

ரொம்ப நாளாயிடுச்சி மனதார வேலை செய்து என்று கோடாலி பிடித்து மரம் பிளந்து விறகு வெட்டி என தாசன் ஊரில் இருக்கும் நாட்களில் பலருக்கும் உபயோகமாக இருந்தான். எப்போதும் அவன் தேவைப்படும் நேரங்களில் ஊரில் இருந்தான்.

தாசனை ஆண்மை இல்லாதவன் என்று பத்மநாபன் நாயர் எப்போதும் சொல்வார். காமம் மனசைத் தீண்டியிராத மனிதரின் பக்கத்தில் உட்காரும் போதுள்ள எல்லையில்லாப் பாதுகாப்பை தாசனோடு பழகும்போது பெண்கள் உணர்ந்தார்கள். ஆண்கள் அனுபவிக்கும் சுதந்திரம் போலானது அது. தொடையில் வளரும் கட்டியை தன் கணவனுக்குக்கூட காண்பிக்காத ராதா தாசனிடம் காண்பித்திருக்கிறாள். இரண்டாம் காட்சி படத்திற்குப் போகவும் நாடகத்திற்குப் போகவும் பெண்களும் குழந்தைகளும் அவனுக்காகக் காத்திருந்தார்கள். சுமித்ராவும் மாதவியும் நியூ பிரகாஷ் சர்க்கஸிற்குப் போக அவன் வருகைக்காகக் காத்திருந்தார்கள்.

மூன்று வாரமாக கல்பட்டாவில் நியூ பிரகாஷ் சர்க்கஸ் நடந்து கொண்டிருந்தது. சர்க்கஸ் தொடங்குவதற்கு ஒரு மாதத்திற்கு முன்பே வயநாட்டில் எங்கிருந்து பார்த்தாலும் சுற்றிச்சுற்றி வரும் வெளிச்சப்பாதை தெரியத் தொடங்கியது. ஜன்னல் திறந்திருக்கும் அறைகளில் ஜாக்குலின் கென்னடிக்கும், கென்னடிக்கும் நடுவே நடக்கும் நேரு, வெண்ணெய் அள்ளித் தின்னும் கிருஷ்ணன், லால் பகதூர் சாஸ்திரி, ஏ.கே.ஜி. ஆகியோரின் படங்கள் தொங்கிய உட்சுவர்கள், வீட்டிற்கு உள்ளே ஏறும் பூனைகளின் நிமிர்ந்து நிற்கும் வால்கள், காப்பிச் செடிகள் உள்பட எல்லாமும் நிமிடங்களின் இடைவெளிகளில் பிரகாசித்தன. மூங்கில் புதர்களுக்கு மின்சாரம் கொடுத்துக்கொண்டிருந்த மின்மினி பூச்சிகளுக்கு வோல்டேஜ் இல்லாமல் போனது. கொஞ்ச நேரம் நின்றால் சர்க்கஸ் வெளிச்சம் வரும் என்று மரப்பாலத்தில் காத்து நிற்கும் ஆட்களும், வேலிப்படல் தாண்டிப் போக வேண்டிய ஆட்களும் காத்திருந்தார்கள். சர்க்கஸ் வெளிச்சத்தில் தன் முன்னே படமெடுத்தாடிய கருநாகத்திடமிருந்து

ஒழவஞ்சேரியில் ஒரு மாப்பிள்ளை தப்பியோடிப் பிழைத்தான். வழக்கமாக மாலை வேலைகளில் பீடி பற்றவைத்துக்கொண்டு ஆற்றங்கரையில் ஒதுங்குபவர்களின் சுதந்திரம் பறிபோனது. சர்க்கஸ் வாகனத்தின் இரைச்சல் கேட்டவுடன் குதூகலத்தோடு குழந்தைகள் தெருவுக்கு ஓடிவந்தார்கள். குள்ளன்களான கோமாளிகள் திடுமென்று ஜீப்பிலிருந்து குதித்திறங்கி நீளம் குறைந்த கைகளினால் நோட்டீஸ் கொடுத்தார்கள். கோமாளிகளுக்கு நம்மைப்போல கைகள் நீளம் இல்லை என்று அருகில் பார்த்து குழந்தைகள் புரிந்து கொண்டார்கள். அவர்களில் சிலர் வயதானவர்கள் என்று தெரிந்ததில் குழந்தைகளின் உற்சாகம் கொஞ்சம் குறைந்தது. வயதான கோமாளிகளின் கோமாளித்தனம் நடிப்பதற்கானதல்ல, அது வாழ்க்கைக்கானது என்பது வேதனையைத் தந்தது. குள்ளன்களுக்குப் பின்பக்கம் அதிகம் என்பதையும் குழந்தைகள் தெரிந்து கொண்டார்கள். அதில் ஏறி நின்று சுவரில் ஆணி அடிக்கலாமென்றும் கண்டுபிடித்தார்கள். அது கோமாளிகளை மேலும் ஊக்குவித்து உற்சாகப்படுத்தியது.

நேற்று முன்தினம் தாசன் வந்த பிறகு அவர்கள் சர்க்கஸிற்கு புறப்பட்டார்கள். சுமித்ரா, மாதவி, கருப்பி, கேசவன், கேசவனின் மனைவி குங்கி, ஸ்டீஃபன், விருந்தாளியாய் வந்த ஜோசப், ஆனிஸ், தாசன் எனச் சின்ன ஊர்வலமாக அவர்கள் புறப்பட்டார்கள். சரியாக ஆறரை மணிக்கு சர்க்கஸ் தொடங்கியது. உடை மாற்றிக் கொண்டிருக்கும்போது அவசரப்பட்டு வீட்டிலிருந்து வந்து விட்டோமோ என்று ஸ்டீஃபன் வெட்கபடுமளவுக்கு ஜட்டியும் பிராவும் மட்டுமே அணிந்து வெட்கமில்லாமல் நடந்து வந்து சர்க்கஸ் பெண்கள் பார்வையாளர்களை வணங்கினார்கள். வணங்கி முடிக்கும் முன்பே கோமாளிகள் டென்ட்டின் நான்கு பக்கங்களிலிருந்தும் துருதுருவென வந்து விழுந்தார்கள். மெலிந்த உயரமான கோமாளியின் முதுகில் ஏணி வைத்து ஏறிய குள்ளன் கோமாளி அந்த உயரத்திலிருந்து அங்கிருக்கும் ஒரு அழகியை வணங்கினான். எந்திரத்தனமான நகைச்சுவைகளில் தாசன் ஈடுபாடு

இல்லாமல் வெளியே பார்த்தபடி உட்கார்ந்திருந்தான். மிருகக்காட்சி சாலைகளோ, சர்க்கசோ எப்போதும் அவனை வேதனைப்படுத்தின. இதற்கும் மேலான அநாதைகளை அவர் எங்கும் பார்த்ததில்லை. சர்க்கஸ் நடந்துகொண்டிருக்கும்போது ஏதோ ஒரு தருணத்தில் சுமித்ரா தாசனின் கையை எடுத்து தன் கைகளில் புதைத்து வருடிக் கொண்டிருந்தாள். தாசனிடம் அவளுக்கு எப்போதும் ஒரு பொறாமை இருந்தது. இவ்வளவு மகத்தான வாழ்க்கையை ஒரு மனிதன் வாழ முடியுமா? ஒவ்வொரு முறையும் அவள் ஒருபோதும் போகமுடியாத இடத்திலிருந்துதான் அவன் வருகிறான்.

'இனி அதிக நாட்கள் இல்லையென்று அவளுக்குத் தெரிந்திருக்குமோ?' கோபாலன் நாயர் மீனாட்சி அம்மாவின் காதுகளில் கிசுகிசுத்ததைக் கேட்டு சுமித்ராவைக் பார்த்தபோது குளிக்க வைக்கும் நேரமானதை தாசன் யூகித்தான். ஆண்களாக இருந்தால் அவனும் உடலைக் குளிக்க வைக்க உதவியிருப்பார். உடம்பில் எண்ணெய் சீயக்காய் தேய்த்து கவனமாகக் குளிக்க வைக்கும்போது மனதில் ஒரு பரிவு ஏற்படும். உயிரோடு இருப்பவர்களுக்கு இறந்தவர்களிடம் ஏற்படும் பரிவு அது. முடிந்து போன கைகளிலும் கால்களிலும் உதட்டிலும் மார்பிலும் வயிற்றிலும் பெண்குறியிலும் ஏற்படும் கருணை. இறந்தவனின் தளர்ந்து தாழ்ந்த ஆண்குறி மிகப்பெரிய வேதனையைத் தரும்.

பழங்கலம்

நான்கு பக்கமும் விஸ்தாரமான திண்ணைகளோடு மேற்கு பார்த்தபடியிருந்தது புளிக்கல் வீட்டின் பழங்கலம். மஞ்சம்புல் மாற்றி ஓடு வேய்ந்து ஐந்தாறு வருடங்கள் ஆகிறது. தாழ்ந்த மேற்கூரைதான் பழங்கலத்திற்கு மிகவும் பொருத்தமானது என்று சுமித்ரா எப்போதும் நினைப்பாள். சுமித்ராவைக் கல்யாணம் முடித்து இந்த வீட்டிற்குக் கூட்டிக்கொண்டு வந்த நாட்களில் வாசலில் ஒரு சாய்வு நாற்காலி போட்டுப் பக்கத்தில் ஒரு வெற்றிலைச் செல்லத்துடன் வாசுதேவனின் அப்பா அப்புண்ணி நாயர் கதர் துண்டைத் தோளில் போட்டு படுத்திருப்பார். வருபவர்களுக்கு உட்கார தரையில் கோரைப்பாய் மடித்து வைக்கப்பட்டிருக்கும். எப்போதும் ஆட்கள் வந்துகொண்டே இருப்பார்கள். வீட்டுப் பெண்கள் காப்பியோ பலகாரமோ கொடுக்காமல் யாரையும் அனுப்புவதில்லை. அவள் வந்த ஆறு மாதத்தில் அப்புண்ணி நாயர் இறந்துவிட்டார். அவருக்குத் தொண்டையில் புற்று. ஒரு சொட்டுக்கூட தண்ணீர் குடிக்க முடியாது. எப்போதும் தாகத்துடன் இருப்பார். குடிக்க முடியாமல் தண்ணீரைப் பாத்திரத்தில் வைத்துக்கொண்டு பார்வையற்றவனைப் போல அதன் அருகாமைலிருப்பார் அப்புண்ணி நாயர். எப்போதும் தாகத்தை அடக்க முடியாத ஒருநாள் அவர் கிணற்றில் குதித்துவிட்டார். ஆனாலும் ஒரு சொட்டு நீரைக்கூட அவரால் குடிக்க முடியவில்லை. கிணற்றிலிருந்து தூக்கிபடுக்க வைக்கப்பட்ட அப்புண்ணி நாயரின் கண்ணீர் சிந்திய முகம் நிறைய நாட்கள் சுமித்ராவின் மனக்கண்களில் முட்டி நின்றிருக்கிறது. மனதிலிருந்து அந்தக் கண்கள் அகலுவதற்காக அவள் பலமுறை உடல் சிலிர்த்து கவிழ்ந்து படுத்திருக்கிறாள். வாழ்க்கையில் அவள் அதிகம் புரண்டு படுத்திருக்கிறாள் என்றால் அது அவருடைய கண்களை எதிர்கொள்ள முடியாமல் தானிருக்கும்.

வெயில் காலத்தில் காப்பிக்கொட்டை பறித்தலும் நெல் அறுவடையும் முடிந்தபின் ஓய்வும் உற்சாகமுமான நாட்களில், விஸ்தாரமான திண்ணைகளில் ஈக்களைப் பிடிக்க பீடி பற்றவைத்து குறுக்கும் நெடுக்குமாகப் படுத்துக் காத்திருந்தார்கள் வாசுதேவனின் நண்பர்கள். பலாப்பழம் பழுக்கத் தொடங்கிய நாட்களானதால் ஈக்கள் பல்கிப் பெருகின. பீடியை கவனிக்காமல் தீப்பெட்டியின் மேலேயோ பீடியின் பக்கத்தில் உள்ள பாயிலோ வந்தமர்ந்து முன்னங்கால்களைச் சேர்த்து தேய்த்துக் கொண்டிருந்தன ஈக்கள். தாங்கள் போய் நெருப்புக் கங்கிடம் சேர்ந்து பொசுங்கியிருந்தால் அதிஷ்டக்காரர்களாக மாறும் பீடிக்குச் சொந்தக்காரர்களை ஈக்கள் உதாசீனப்படுத்தின. வாசுதேவனும் நண்பர்களும் இப்படி காத்துக்கிடப்பது சுமித்ராவுக்கு கொஞ்சமும் பிடிக்கவில்லை. ஓர் ஈயைக்கூட சகித்துக் கொள்ள முடியாத இவர்களின் வாழ்க்கையை எண்ணி அவளுக்கு வெறுப்பே மேலிடும். வாசலில் நின்று பார்த்தால் உள்ளே தெரியாமல், ரகசியங்களைக் காக்கும் இடமாக இருந்தது மேற்கு நோக்கிக் கட்டப்பட்டிருக்கும் பழங்கலம். நான்கு சின்னச்சின்ன ஜன்னல்கள் வைத்த ஒரு அறையும் முன்னால் சாணி தெளித்து மெழுகின வாசலுமாக இரண்டு பக்கமும் பெரிய தூண்களைக் கொண்ட அழகான சின்ன அறையாக அது இருந்தது. இரண்டும் நல்ல வைரம் பாய்ந்த ஒரே மரத்தில் வெட்டி எடுக்கப்பட்ட பலாமரத் தூண்கள். எப்போதும் அதைத் தொட்டும், சாய்ந்தும் நின்று காலப்போக்கில் மினுமினுப்பாக மாறியிருந்தன. தூண்களின் இந்த மினுமினுப்பு தன் ஸ்பரிசம்தான் என்று எப்போதும் சுமித்ரா சொல்வாள். என் வாழ்க்கையில் இதற்காக எவ்வளவு நாட்களைச் செலவிட்டிருக்கிறேன் தெரியுமா? வயலில் இருந்தும் அதற்கப்பால் ஆற்றிலிருந்தும் வரும் காற்று, முழங்கையின் ரோமங்களிலும் தலைமுடிகளிலும் அலைவுகளை ஏற்படுத்தி, பழங்கலத் திண்ணையில் துண்டையோ துணியையோ பூனையையோ சதா காயவைத்துக் கொண்டிருக்கும். நன்றாகப் பிழிந்து போட்டிருக்கே என்று இடக்குணி கவுண்டன் சொன்ன நொடி நேரத்திற்குள் அங்கே படுத்துறங்கிக்

கொண்டிருந்த பூனை துள்ளி எழுந்து துடித்துச் செத்துப் போனதாய் யாரோ சொல்லக் கேட்டிருக்கிறாள்.

கல்யாணமான மறுநாள் காலையில் வீட்டைச் சுற்றிலும் பார்த்துக்கொண்டு நின்றிருந்தவள், பெண் பார்த்து நிச்சயிக்க வந்த பத்மநாபன் சார் சொல்லி ஆசை காண்பித்த பழங்கலத்தைப் பார்த்தாள். நெற் குதிரினுடையதும் இனி என்னுடையதும்தான் இந்த பழங்கலம் என அவள் மனதில் வரித்துக்கொண்டாள். அந்தத் திண்ணையில் உட்கார்ந்துதான் அவள் பல் தேய்த்தாள். நெல் மணம் வீசும் பழங்கலத்தினுள் அம்மாவும் குழந்தையும் போல இரண்டு குதிர்கள் இருந்தன. நெல் கொட்டி வைப்பதற்காக மூங்கிலையோ பெரம்பையோ கிழித்துப் பின்னி செய்யப்பட்ட பெரிய கூடையைத்தான் குதிர்களாகப் பயன்படுத்தினார்கள். பெரிய குதிர் எட்டடியும் மற்றொன்று மூன்றடி உயரமும் இருக்கும். வயநாட்டின் பழைய பத்தாயம். பெரிய குதிரில் வெளியன் நெல்லும் சின்ன குதிரில் கந்தக சால நெல்லும் இருக்கும். கந்தக சால என்ற பெயரும் அதன் மணமும் சுமித்ராவுக்கு மிகவும் பிடிக்கும். சின்ன குதிரில் முகம் குனிந்து அவள் வாசம் பிடித்தாள். அந்த நெல்லின் சோறு நல்ல ருசியுடன் இருந்தது. கவுண்டர்கள், செட்டியார்கள், வயநாட்டு நாயர்கள் தங்கள் வீட்டு விசேஷங்களுக்கு கந்தக சால அரிசியைத் தான் பயன்படுத்தினார்கள். பணியன்கள் மற்ற நெல்லின் பெயர்களை எல்லாம் குழந்தைகளுக்கு வைத்தாலும் கந்தக சால என்றோ சீரக சால என்றோ பெயரிடவில்லை. விலை கூடியதாலோ அது உயர்ந்த ரகம் என்பதாலோ கூட இருக்கலாம். சாம்பாருக்கோ, புளிக்குழம்பிற்கோ, மீன்குழம்பிற்கோ அதன் ருசி ஒத்துவராது என்றும், வெறும் துவையலும் நெய்யும் சேர்த்து ஒருபடி அரிசி சோறு சாப்பிடலாம் என்றும் சுமித்ரா நினைப்பாள். இலையில் தும்பைப் பூக்குவியல் கொட்டியதைப் போல தோற்றமளிக்கும் ஸ்பரிசிக்காமல் அதன் வாசனையில் மூழ்கி அவள் நெடுநேரம் உட்கார்ந்திருப்பாள்.

சுமித்ரா திருமணமாகி வந்த நாட்களில் வாசுதேவனின் அக்கா லக்ஷ்மியின் மகள் கார்த்து - வாசுதேவனுக்கு சொந்த அக்கா இல்லை.

அவருடைய அப்பாவின் அக்கா மகள்தான் லக்ஷ்மி - ஓணம் விடுமுறைக்கு வந்தால் பழங்கலத்தைப் பிடித்துக்கொள்வாள். அதன் வாசலில் நின்றும் நடந்தும் அதன் உள்ளே இருக்கும் மரக்கட்டிலில் விரித்திருக்கும் பாயில் படுத்தும் அவள் கொண்டுவந்த புத்தகங்களையெல்லாம் படித்துத் தீர்ப்பாள். நடுநடுவே கருப்புக் காப்பியும் வறுத்த அரிசியுமாக வரும் சுமித்ரா பழங்கலம் தன் கையைவிட்டு போய்விட்டதோ என்ற கவலை முகத்தில் படிய நின்றுகொண்டிருப்பாள். கார்த்து என்ன பேசினாலும் சுமித்ரா கேட்காத பாவத்தோடு இருப்பாள். ஆனால் அந்தப் பெண் அதையும் கண்டுகொள்ளாமல் பேசிக்கொண்டே போவது இவளுக்கு கொஞ்சமும் பிடிக்காது. வெறும் பாடப்புத்தகங்கள் மட்டுமே படிக்கும் முட்டாளென கார்த்துவை சுமித்ரா மனதில் திட்டிக்கொண்டே இருப்பாள். உணவில் அதீத ஈடுபாடும் பாடங்களைப் படிப்பதில் மட்டுமே கவனம் கொள்வதும் இரண்டும் ஒன்றுதானே என்று சுமித்ரா அவளையே கேட்டுக்கொள்வாள். வாதிடவும், சிலரை புறந்தள்ளவும் சுமித்ரா நாலைந்து பரிமாணங்களுடன் இருப்பாள். அடுத்தடுத்து என்ன செய்ய வேண்டுமென்பதற்கு நிறைய சுமித்ராக்களை அவள் உருவாக்கி வைத்திருந்தாள். அவர்கள் கூட்டமாக செயல்படும் வெட்டுக் கிளிகளைப் போல போன இடங்களை எல்லாம் தன் வசப்படுத்தினார்கள்.

அவள் ஊருக்குப் போய்விட்டு வந்தால் - பிரசவத்திற்கு போனதைத் தவிர்த்து நான்கு நாட்கள் சேர்ந்தாற் போல இருந்ததில்லை - அங்குதான் ஓடிப்போய் உட்காருவாள். பழங்கலத்தின் திண்ணையில் துடப்பம் எடுத்து மேற்கூரையைத் தட்டிவிடுவாள். குதிரில் வலை கட்டியாடும் எட்டுக்கால் பூச்சியைத் துடப்பத்தில் சுழற்றி எடுப்பாள். கந்தக சால மணக்கத் துவங்கும். மரத்தூணில் சாய்ந்து நின்று நதிக்கரையைப் பார்த்துக்கொண்டு காற்று கடத்தலில் அலைவுறும் தலைமுடியை முற்றிலுமாக அவிழ்த்துவிடுவாள். கெண்டைக்காலில் சிறு ரோமங்களில் ஏற்படும் சிலிர்ப்பிற்காய் வேட்டியைத் தூக்கிக் கட்டிக்கொள்வாள்.

அவளைப் பார்க்க வரும் அவளின் இரண்டே இரண்டு தோழிகளையும் பழங்கல வாசலில்தான் உட்கார வைத்து பேசிக் கொண்டிருப்பாள். நம்முடைய ஹவுஸ் வாழ்க்கையின் அவுட் இரண்டாம் அத்தியாயம் இதுவென சுமித்ரா கீதாவிடம் சொல்லியிருக்கிறாள். சுமித்ராவுக்கு நடுவீட்டைவிட பழங்கலமே மிகவும் பிடிக்கும். காந்தியை அல்ல நேருவை, நசீரையோ சத்தியனையோ அல்ல மதுவை, ஜேசுதாசை அல்ல ஏ.எம்.ராஜாவை, ரமணனை அல்ல மதனனை, சோறல்ல பொரியலை, கஞ்சியல்ல அதன் தொடு பொருளான அவித்த பண்டத்தைப் போல, வீட்டையல்ல பழங்கலத்தைத்தான் அவளுக்கு மிகவும் பிடிக்கும். சின்னவயதில் துண்டை மார்புவரை ஏற்றிக்கட்டி துணியால் மறைக்கப்படாத கைகளை வீசி நடக்கும் லோகநார்காவின் வெயில் காலத்தில் அப்பாவோடு படுப்பாள். அப்போதெல்லாம் ஓலை வேய்வதற்காக குறுக்கும் நெடுக்குமாக மூங்கில் கட்டிய கொட்டகையில் கட்டம் கட்டமான வானத்தில் நிலவைப் பார்த்து படுத்துக்கிடந்த போது அவள் அதிகமாக சந்தோஷப் பட்டிருக்கிறாள். அப்பா தூங்கிய பிறகு அவளும் நட்சத்திரங்களும் மட்டுமேயானார்கள். ஆகாயத்தில் முழுக்க நட்சத்திரங்களும் பூமியிலொரு தளிர்க் குழந்தையும் மட்டும் தனித்திருந்தார்கள். பின்நாட்களில் அந்தக் குழந்தையை நினைக்கும் போதெல்லாம் அவளுக்கு அழுகை அழுகையாய் வந்தது.

வேலை முடித்து பழங்கலத்தின் திண்ணையில் உட்கார்ந்து பழைய செய்தித்தாள்கள், வார, மாதப் பத்திரிகைகள் எனக் கட்டுப் பிரித்து வாசிப்பாள். புருஷோத்தமன் நூலகத்திலிருந்து கொண்டுவரும் மொழிபெயர்ப்புக் கதைகளையும் வாசிக்க அவளுக்கு மிகவும் பிடிக்கும் கருப்பியோ அம்மாளு அம்மாவோ வந்தால் பழங்கலத்தின் திண்ணையில் அவர்களையும் உட்கார வைப்பாள். வாசுதேவன் வீட்டில் இல்லாத நேரங்களில் கருப்பியிடம் முடியைச் சிக்கெடுத்துத் தரச்சொல்லி சுமித்ரா வடக்கு திசை பார்த்து உட்காருவாள். நானில்லாத என் வீடு பாவம். தன் பால்யகால வீட்டை நினைத்து

அவள் பெருமூச்செறிந்தாள். அங்கே அவள் கோழிகளை வளர்த்தாள். படியேறி வழுக்கி கீழே விழும்போதெல்லாம் தன் சின்னச் சிறகுகளை விரிக்கும் கோழிக் குஞ்சுகளை வேடிக்கை பார்ப்பதற்காக அவள் தன் சாப்பாட்டின் அளவைக் குறைத்தாள். பத்துமாதங்களாக ராமன் என்று பெயரிட்ட ஒரு அணில் - திண்ணையில் கால்களை முற்றத்தில் தொங்கவிட்டு உட்கார்ந்திருந்த சுமித்ராவின் மடியில் ஒருநாள் மேற்கூரையிலிருந்து விழுந்தது - சின்னதாய் கிச்சுகிச்சு மூட்டிக்கொண்டு அவள் உடல் முழுக்கப் பாய்ந்தோடியது. அதன் நகம் பட்டால் காயமாகும் என்று வாசுதேவன் சொன்னாலும் அவள் அதைக் கண்டு கொள்ளவேயில்லை. ஒவ்வொருமுறை குதித்தோடியப் பிறகும் அவள் மடியில் தலை அழுத்தி ஓய்வெடுக்க ஒரு கன்றுக்குட்டி இருந்தது. அதன் ஈரமான ரப்பர் போன்ற மூக்கில் அவளுடைய மூக்கை உரசிப்பார்ப்பாள். அப்படிப் பழகிய கன்றுக்குட்டி வளர்ந்த பிறகு சுமித்ராவைத் தவிர வேறு யாரையும் தொட அனுமதித்ததில்லை. சுமித்ராவின் சித்தி இறந்து துக்கம் விசாரிக்கப் போன அந்த நான்கு நாட்களில் வாசுதேவனால் அந்த கன்றைக் கட்டவும் முடியவில்லை. பால் கறக்கவும் முடியவில்லை. உற்சாகத்தோடும் சந்தோஷத்தோடும் திண்ணையில் விளையாடும் ஐந்து நாய்க்குட்டிகளும் கொஞ்ச கொஞ்சமாக வளர்ந்து சந்தோஷத்தை இழந்து தடிதடியாய் வாசலில் உறங்கிக் கொண்டிருந்தன. எம்.என்.நம்பியார், கோவிந்தன் குட்டி மாதிரி உடல் பெருத்து நிழல் அசைந்தால்கூட குரைக்க ஆரம்பித்தன. அதிலொன்றான கூரு என்ற நாய் அனுசூயா ஊருக்குப் போனபோது 'கம்பளக்காடு' வரைப்போய் திரும்பி வரும்போது பஸ் சக்கரத்தில் அடிபட்டு செத்தது.

வயநாட்டைப் போல செடி, மரம் நட்டு வளர்ப்பவர்களை சந்தோஷப்படுத்தும் மண்ணைப் பார்க்கமுடியாது. கேரளத்தில் எங்கும் பூக்காத அளவு பெரியதாக அங்கே இருக்கும் டாலியா செடிகளும் பன்னீர் செடிகளும் பூத்துச் சொரிந்தன. பழங்கலத்தில் சுற்றுமுள்ள செடிகளில் பூக்கும் பூக்களை வைத்து சுமித்ரா காலத்தை

கணிப்பாள். காப்பிச் செடி பூக்கும்போது அவளுக்கு எப்போதும் காய்ச்சல் வரும். வயநாடு முழுக்க பூக்களாய் பூத்து பூங்காவாய் மாறிப்போன அந்த நாட்களில் பழங்கலத் திண்ணையில் கம்பளி போர்த்தி தன் வீட்டு ஆட்களிடம் மட்டுமே பேசி நாட்களைக் கழித்தாள். காப்பி பூத்திருக்கும் நாட்களில் தேனீக்கள் கூடு கட்டும் தேனடை போன்ற ஒன்று சுமித்ராவின் நுரையீரலிலும் வளர்ந்தது. பூமியில் மூன்று நாட்கள் மட்டுமே இருக்கும் பெரிய பூங்காவுக்கான காவல்காரியாய் அவளே தன்னை நியமித்தாள். கார்த்திகை மாதத்தின் தேங்காய் எண்ணெய், பாட்டிலைவிட கடினமாக மாறிய ஒரு மழை நாளில் மாதவிலக்கானதால் இன்னும்கொஞ்சம்கூட நெருக்கத்தைத் தந்த பழங்கலத்தின் திண்ணையில் அமர்ந்து சுமித்ரா மனோரமா வாரப்பத்திரிகையில் 'போபனும் மோளியும்' பகுதியை வாசித்துக் கொண்டிருந்தாள். பழங்கலத்திலிருந்து நூறடி தூரத்தில் மரத்தூள் குவியலுக்கப்பால் உட்கார்ந்து வடக்கஞ்சேரி முஸ்லீம்கள் மரம் இழைத்துக்கொண்டிருந்தார்கள். மரத்தூள் குவியலுக்கு அப்பால் மரம் அறுபடும்போது ஏற்படும் காட்டமான வாசனை அவளுக்கு மிகவும் பிடிக்கும். தனக்கு மட்டுமேயான பிரியங்களை சுமித்ரா தனக்குள் புதைத்திருந்தாள். மரமறுப்பவர்கள் வேலை முடிந்து போன பிறகு அவள் பலா மரத்தின் வெட்டப்பட்ட பலகையின் தங்க நிறம் பார்த்தும், மரத்தூளை முகர்ந்தும் விளக்கு வைக்கும் நேரம்வரை அங்கேயே இருப்பாள். கரியால் அடையாளக் கோடிட்டு பெரிய பலகையின் மேலே நின்று அநாவசியமாக வாளால் அறுத்துக்கொண்டிருந்த இளவயசுக்காரனின் உடலில் வாள் அசைவிற்கு ஏற்ப ஏறி இறங்கும் விலா சதைகளைப் பார்த்தபடி இருந்தாள். 'போபனையும் மோளியையும்' நிராகரித்து அவள் மரம் வெட்டுபவனின் உடல் அசைவுகளை எண்ணத் தொடங்கினாள். தன்னை எண்ணிக் கொண்டிருப்பவளால் வேலைக்கான கவனம் சிதறடிக்கப்பட்ட போது அவன் தலையை உயர்த்தி சுமித்ராவைப் பார்த்தான். மீண்டும் மீண்டும் தலையை உயர்த்தி சந்தேகமாகவே அவளைப் பார்த்தவுடன் அவள் எழுந்து உள்ளே போனாள்.

மாலையில் செய்யதலி நிலவொளியில் தூசி படர்ந்திருந்த தரையில் மல்லாந்து படுத்துக்கொண்டு மரம் அறுப்பதில் தனக்குத் துணையாக இருக்கும் சூப்பியிடம் கோவேறு கழுதைகள் பற்றிப் பேசினான். மைனாக்களுக்கும் புறாக்களுக்கும் மரம் அறுப்பவர்களுக்கும் இணைசேராமல் இருக்கமுடியாது இல்லையா? பொதுவாக மற்ற வேலை செய்பவர்களுக்கிடையில் இல்லாத உடல் நெருக்கமும் ஆத்மார்த்தமான நெருக்கமின்மையும் அவர்களிடமிருந்தன. ஒரு தம்பதிகளைப் போல அவர்கள் நெருக்கமாக ரகசியம் பேசிக்கொள்ளவும், கோபமாக சண்டை போடவும் செய்தார்கள்.

''சூப்பி, நீ கோவேறு கழுதையைப் பாத்திருக்கியா?''

''இல்லை. கேள்விப்பட்டிருக்கேன்.''

எப்படி கோவேறு கழுதைகள் உருவாகிறது என்பதைத் தெளிவாக விளக்கினான் செய்யதலி. பார்க்க மிகவும் அழகாகவும் அகங்காரமும் உடைய பெண் குதிரையோடு வீணாய்ப்போன கழுதையை இணை சேர்த்துதான் கோவேறு கழுதை உருவாகிறது. பெரிய பொறுமைதான் அந்தக் கழுதைக்கு. தன்னைக் கொஞ்சமும் கவனிக்காத குதிரையின் பார்வையிலிருந்து நகராமல் நின்றபடியே இருக்கும். காலப்போக்கில் சட்டென குதிரைக்கு இன்னதென்று சொல்ல முடியாத ஆவேசம் வந்து, மோகத்தின் தீவிரத்தால் தன்னை இழந்துவிடும். சுற்றிலும் யாருமில்லை. இருப்பதோ இந்த கழுதை மட்டும்தான். எவ்வளவு நேரம் அது தன்னைக் கட்டுப்படுத்தி நிந்தித்து நின்று கொண்டிருக்கும் எவ்வளவு பலசாலியாக இருந்ததோ அவ்வளவுக்கதிகமாக பலமற்று, பெருங்குரலெடுத்து அந்தக் கழுதையின் பக்கத்தில் பாய்ந்தோடி வரும். கொஞ்சமும் தாமதிக்காமல் அழகாகவும் அகங்காரியாகவும் இருக்கும் குதிரை கழுதையை கர்ப்பம் தரிக்கும். இங்கே ஒரு அழகி சீக்கிரமே என்னோட கழுதைக் குட்டியையும் கருத்தரித்து பிள்ளை பெறுவாள் என்று தோன்றுகிறது. செய்யதலி சிரித்துக்கொண்டான். கீழே மரத்தூளின் புதைவில் முட்டிபோட்டு அமர்ந்து வாளை இழுக்கவும் தள்ளி விடவும் செய்து அமைதியான, பணிவான மாணவியைப் போலிருந்த சூப்பி வெளி மாற்றங்கள் எதையும் அறிந்திருக்கவில்லை.

அவர்கள் பரஸ்பரம் பார்த்ததில்லை

எதிரில் வந்து நின்றாலும் வாசுதேவனை நீங்கள் அடையாளம் காணமுடியாது. இப்படி நசுக்கப்பட்ட கால்களையுடைய ஒருத்தரையும் நீங்கள் பார்த்திருக்க முடியாது. கல்பட்டாவிலிருந்து பிணங்கோட்டாவு சாலைத் திரும்பும் இடத்தில் முன்னால் நகர்ந்த ஜீப் இடித்து ரத்தம் ஒழுகிக் கிடந்த வாசுதேவனை நகரத்தின் நடுவில் இருந்தும்கூட ஆட்கள் அடையாளம் கண்டுகொள்ள இருபது நிமிடங்களானது. பின்னாலிருந்து கைகாட்டிக் கூப்பிடும் வாசுதேவனை கவனிக்காமல் கம்பளக் காட்டிலிருந்து கல்பட்டாவுக்குப் போகும் லோக்கல் ஜீப்கள் பரபரத்துப் பாய்ந்தபடி இருந்தன. வாசுதேவனின் முகம் எப்போதும் இழப்பின் மறுவடிவமாக இருந்தது.

பழக்கமானவர்கள்கூட தொட்டுக் கூப்பிட்டால்தான் அவரைப் பார்க்க முடியும். ‘என் கல்யாணத்துக்கு வராம ஏமாத்திட்டல்ல’ என்று கேட்பவர்களுக்கு, தான் வந்ததை மிகச்சரியான ஆதாரம் சொல்லி நிரூபிக்க வேண்டியிருந்தது. ஓட்டலில் சத்தமிட்டு பேசினால்தான் சர்வர் அவரை அடையாளம் கண்டுகொள்வான். இந்தப் புறக்கணிப்பு எல்லா நேரங்களிலும் அவரைச் சத்தமிட்டு பேசுபவராக மாற்றியது.

பள்ளியில் படிக்கும்போது வாசுதேவன் அதிக பெண்களைக் காதலித்திருக்கிறார். அவர்களுடைய வகுப்பு வாசலில் பலமுறை நடந்திருக்கிறார். பள்ளி ஆண்டு விழாக்களில் அவர் கேட்ட பாடல்கள் பிற்காலத்தில் எங்காவது கேட்க நேரும்பொதெல்லாம் அதற்குத் தொடர்புடைய பெண்கள் அவர்களின் சுபாவங்களோடு அவர்முன் வந்து நிற்பதாக அவர் நினைத்துக் கொள்வார். ஆனால் புதியோட்டில் நளினிக்கு மட்டும் அவர் அவளைக் காதலித்த

விஷயம் தெரியவந்தது. அதுவும் கொஞ்சம் காலம்தான் நீடித்தது. பள்ளியின் முகவரிக்கு வாசுதேவன் எழுதிய காதல் கடிதத்தை தலைமையாசிரியரே பிரித்து நளினியின் வீட்டில் கொடுத்துவிட்டார். அக்கடிதத்தைப் படித்து நளினியின் அம்மா அவள் கன்னத்தில் அறைந்த அறைச்சலில் அவளுக்கு உடல் நடுங்கியது. நடுக்கத்தினிடையே காப்பிச் செடிகளின் வழியாகப் பள்ளிக்குப் போகும்போதெல்லாம் ஏதோவொரு சப்தம் கேட்டுத் திரும்பிப் பார்த்த நாட்களில், கண்களில் கருணையும் காதலும் பொங்க தன்னைப் பார்த்துக்கொண்டிருந்த அந்த முதிர்ந்த உயரமான பையன் தன்னை நேசிக்கிறான் என்பது இப்போது புரிந்தது. கன்னத்தில் வலி சரியானதோடு அவள் வலியிலிருந்தும் காதலிலிருந்தும் ஒருசேர விடுபட்டாள்.

பொதுவான பார்வைக்கு சிக்காதவராகவே அவர் வாழ்ந்தார். கடந்துபோன ஒரு பைத்தியக்கார நாய் தன் பின்னால் வந்த சுனந்தாவைக் கடித்துவிட்டது என்றறிந்த நாளைத் தவிர அவருடைய அந்த நிலைமீது எந்த அபிமானமும் ஏற்பட்டதில்லை. அவர் மெல்ல மெல்ல அந்த சுபாவத்துடன் பொருந்திவிட்டார். சில நேரங்களில் அப்படி வாழ்வதன் சௌகரியத்தை உள்ளே ரசித்தார். திருடர்கள் மிகச் சாதாரணமாக யாருக்கும் தெரியாமல் வந்து வசதியாக எல்லா செயல்களையும் செய்வதைப் போல அவருக்குத் தன் சுபாவம் மிக சௌகரியமாக இருந்தது. இல்லாத ஒரு ஆளாக இருந்து கொண்டு இருப்பவர்களின் உலகத்தில் பிறரால் காயங்கள் ஏற்படாமல் வாசுதேவனால் வாழ முடிந்தது.

அவன் அம்மாவின் பிரார்த்தனையோ என்னவோ அவன் இப்படி இருக்கிறான். ஒன்பது குழந்தைகளைப் பறிகொடுத்து பத்தாவதாய் பிறந்த பையன்தான் வாசுதேவன். ஆறு வயதுவரை முலைப்பால் குடித்தான். யாரும் பார்க்காதிருக்க தாளிட்ட அறையில் சாப்பிட உட்காரும் மனைப்பலகையில் தரையில் அமர்ந்து கட்டிலில் அவன் பக்கமாய் திரும்பி படுத்திருக்கும் அம்மாவின் முலைகளில் பால் சப்பி சப்பி இழுத்து அதன் நீட்டல்களினூடாக அவனும் வளர்ந்தான். தங்களைச் சுற்றிலும் துர்சக்திகள் இருக்கிறதென்று அம்மாவும் மகனும்

நம்பினார்கள். மற்றவர்களின் கண் திருஷ்டியிலிருந்து என் மகனைக் காப்பாற்ற வேண்டும் என்பதே அம்மாவின் நிரந்தரப் பிரார்த்தனையாக இருந்தது. வாசுதேவனின் ஏழாவது வயதில் அவன் வலது கையை இறுகப் பிடித்தபடி நிராதரவாய் விட்டு விட்டு அந்தம்மாள் இறந்தாள். அவளுக்குப் பிறகு அவளுடைய பிரார்த்தனைகளை தெய்வங்கள் நிறைவேற்றின. மற்ற எல்லோரையும் தீண்டிப் பொசுக்கும் தொற்று நோய்கள் ஒருபோதும் அவரை அண்டியதில்லை. உதாசீனத்தின் பாதுகாப்பில் கொண்டாட்டமாக வளர்ந்தார் அவர்.

வாசுதேவனின் அப்பா வழியில் ஒரு சித்தியின் மகளாக இருந்தாள் சுமித்ரா. ஐந்து வயதாகும்போது அவள் வயநாட்டில் வாசுதேவனின் வீட்டிற்கு வந்திருக்கிறாள். அன்று பெரியதும் சிறியதுமாய் இரண்டு புல் வேய்ந்த குடிசைகளும் ஒரு விறகு குடிலுமாக இருந்தது அவர்களின் வீடு. அதில் பெரிய வீட்டின் வரவேற்பறையில் சாணி மெழுகிய தரையில் விரித்திருந்த பாயில் அப்பாவோடு ஒட்டி சூடு படர அவள் உட்கார்ந்திருக்கிறாள். கீழே காலைத் தொங்கப்போட்டு எத்தனை நீளம் நீட்டினால் கால் தரையைத் தொடும் என்று யோசித்து, இப்போது வயநாட்டில் இல்லாது போன குளிரில் திண்ணையில் உட்கார்ந்து இருக்கிறாள். கல்யாணம் முடித்து எல்லோரும் வரும் வழியில் மலையின் வளைவுப் பாதை தாண்டி உடனே இறங்கும் சின்ன இறக்கத்தை அடைந்தபோது அந்த மறந்துபோன நாட்களின் சுகத்தை மீண்டும் அவள் உடல் உணர்ந்து ஒரு கணம் அதிர்ந்தது. உடலால் மனசைவிட ஆழ்ந்து யோசிக்க முடியும். குளிர், இனிமையான குளிர். திரும்பி வரத் தோன்றாமல் ஆழ்ந்திருக்க வைக்கும் குளிர். போய்க் கொண்டிருக்கும் இறக்கத்தில் அவள் உற்சாகம் மேலிட, புதிதாக வெட்டிய ஓடையில் வரும் புதுவெள்ளம் போலானாள்.

கல்யாண மாப்பிள்ளை யாரையும் கவரவில்லை. ஏற்கனவே சொந்தமென்பதால் அவள் வீட்டிலிருப்பவர்கள் பெரிதாக அவரைக் கவனிக்கவுமில்லை. வீட்டின் அகல நீளத்தையும், தோட்டத்தில்

ஆளுயரத்திற்குக் குலை தள்ளியிருக்கும் மைசூர் வாழைகளையும், மரம் முழுக்கக் காய்த்து தொங்கிய ஆரஞ்சு செடிகளையும், பார்த்தால் மலைத்துப் போய் எண்ணித் தீர்க்கமுடியாத கிணற்றின் வளைவு வளைவான சுற்றுச் சுவரையும், சுற்றியுள்ள காய்கறித் தோட்டத்தையும், சேற்று நிறத்தில் மாறிப்போன வேட்டியைத் தூக்கிக் கட்டி, காப்பிச் செடிகளுக்கு கீழே சோறு போடும் நேரம் காத்து குத்துக்காலிட்டு உட்கார்ந்திருக்கும் ஆதிவாசிப் பெண்களையும், களத்தில் உயர உயரமான நெல் அம்பாரத்தையும் பார்த்து அவள் வீட்டு ஆட்கள் பிரமித்துப் போனார்கள். விருந்து முடிந்ததும் வீட்டைச் சுற்றியுள்ள தோட்டத்தில் புகுந்து வரப்பில் ஏறி புளி எறும்புகளாலும் கூரிய முட்களாலும் பொதிந்திருந்த ஆரஞ்சு மரக்கிளைகளை வளைத்தும், ஒடித்தும், கம்பெடுத்து அடித்தும் பக்கத்தில் தழைத்து வளர்ந்திருக்கும் காப்பிச் செடிகளில் ஏறி நின்றும் அவர்கள் ஆரஞ்சு பறித்தார்கள். பலரும் விடைபெறும்போது சொல்லிக் கொள்ள முடியாமல் வாயில் ஆரஞ்சு பழத்தை வைத்துக் கொண்டிருந்தார்கள். ஊருக்குப் போன பிறகும் நீண்ட நாட்களுக்கு அந்த அற்புத உலகத்தைப் பற்றி பேசிக் கொண்டிருந்தவர்கள் மாப்பிள்ளையைப் பற்றி தாங்கள் ஒன்றுமே பேசிக் கொள்ளவில்லையே என்பதை யோசிக்கவில்லை.

வாசுதேவன் எந்தக் காரணங்களுக்காக முன்பு காங்கிரஸில் இருந்தாரோ இப்போது அதே காரணங்களுக்காக கம்யூனிஸ்ட் கட்சியில் இருக்கிறார். முன்பெல்லாம் குடிக்காமல் இருந்த வாசுதேவன் இன்று அதே காரணங்களுக்காக குடிக்கிறார். முன்பெல்லாம் வேட்டி கட்டும் பழக்கமுள்ள வாசுதேவன் இன்று அதே காரணங்களுக்காக வெளியில் செல்லும்போது பேண்ட் அணிகிறார். அவருடைய காரணங்களை எல்லாம் அவர் மற்றவர்களிடமிருந்து எடுக்கிறார். தனித்துத் தெரியாமலிருக்க வேண்டிய அவரின் பிரயத்தனங்கள் அவருடைய வாழ்க்கையில் ஒவ்வொரு நிகழ்வுகளிலும் மாற்றத்தைக் கொண்டுவந்தபடியே இருந்தன. வரிசை தவறி நிற்பவர்கள், வீட்டிற்கு வருபவர்கள் போடாமல் இருக்கும் சட்டையின் மேல் பட்டன், சீட்டிலிருந்து

எழுந்திருக்கும் பெண்களின் பின்புறத்தில் போய் ஒதுங்கும் புடவை, மேற்கூரையில் வேய்ந்திருக்கும் ஓடுகளில் துருத்திக்கொண்டிருக்கும் ஒரு ஓடு இதெல்லாம் அவரை மிகவும் அசௌகரியப்படுத்தின. தான் உபயோகிக்கும் சோப்பின் மணம் தவிர வேறு எந்த துர்வாசனையும் அவரிடமிருந்து வந்ததில்லை. சராசரி வயநாட்டுக்காரனின் நிறம், உயரம், கனம். பத்தாம் வகுப்புப் பொதுத்தேர்வில் சராசரியான மதிப்பெண். இதுதான் வாசுதேவன். அவரின் சொந்தக்காரர்களின் வீட்டில் விருந்துக்குப் போனபோது சுமித்ராவை மட்டுமே ஆட்கள் பார்த்தார்கள். 'எங்கே உன்னுடைய மாப்பிள்ளை?' என்று பக்கத்தில் நின்றிருக்கும் வாசுதேவனைப் பார்த்துக்கொண்டே புளுகு மூட்டை ஜானகி கேட்டாள். அவருடைய எதார்த்தத்துக்கு பொருந்தாத நிலை சில நேரங்களில் சுமித்ராவுக்கு நிம்மதியைத் தந்தது. சில நேரங்களில் கடினமான நீண்ட வெறுமையைத் தந்தது. சில நேரங்களில் புளிப்பு மாங்காய் தின்ற தேக உதறலைத் தந்தது.

சுமித்ரா புளிக்கல் வீட்டிற்கு வந்து ஆறு மாதம் கழிந்த ஒரு மாலையில் ஆரஞ்சு பறிக்க பச்சை மூங்கில் சொறட்டுடன் தோட்டத்திற்கு வந்தாள். வாசுதேவனும் கொஞ்ச நேரம் அங்கிருந்தார். காப்பிகொட்டைப் பறிக்கப் போகும்போது கண்ணாடிவிரியன் கடித்து சர்க்கரை வள்ளிக்கிழங்குக் குவியலில் மயங்கி விழுந்து கிடந்தார் வாசுதேவன். ஆறு நாட்கள் கல்பட்டா மருத்துவமனையிலும் ஒருமாதம் கோழிக்கோடு மருத்துவ மனையிலுமாக மாற்றி மாற்றி சுமித்ரா அவரைக் காப்பாற்றினாள். ஒரு நாள் நள்ளிரவில் சுமித்ரா மட்டும் அறையிலிருந்த போது அவருடைய நிலைமை மோசமானது. மூச்சு வருவது சீரற்றதாயிற்று. அவளைப் பார்த்து பெருமூச்சுவிட்ட வாசுதேவன் கண்களை மூடினார். செத்துப்போய்விட்டாரோ... பூமியில் அவருக்கான சுவாசம் கொஞ்சம் கொஞ்சமாய் இல்லாமல் போவதாக அவள் உணர்ந்தாள். அதே நிலையில் அவர் மூன்று நாட்கள் கிடந்தார். அந்த நாட்களில் அசைவற்ற அந்த உடல் அவளில் மிகப்பெரிய நெருக்கத்தைக் கொடுத்தது. உடல்நிலை மாறி, கொஞ்சம் தேறி ஊருக்குப் போய் ஒருவார காலம் அவர் ஒரு நாய்க்குட்டியின் பணிவுடனும்

பிரியத்துடனும் இருந்தார். தான் மிகச்சரியான நேரத்தில் அவரைக் கவனிக்கவில்லையென்றால் அவர் இப்போது உயிரோடு இருந்திருக்கப்போவதில்லை. தான் கொடுத்ததுதான் அவருக்கான இந்த வாழ்க்கை என்ற எண்ணம் அவளை அவர்மீது மேலும் பிரியமுற வைத்தது. உணவின் அளவு மேலும் ருசியானதாக மாறியது. மீண்டும் எல்லாம் வழக்கம் போல நடந்தாலும், தான் பெற்ற குழந்தை அல்ல தன் கணவன் என்று எல்லா மனைவிகளுக்கும் உள்ள எண்ணம் அவளிடமிருந்து விலகி அவரோடு இணக்கமாக வைத்திருந்தது. தனக்கு அவரிடம் அதிகமிருப்பது வெறுப்பா அல்லது பிரியமா என்ற மன சஞ்சலம் அதற்குப்பிறகு சுமித்ராவுக்கு வந்ததில்லை. ஒருவேளை அப்படி ஒரு மனநிலை வாய்த்தால் பிரியத்தின் மேல்தான் அவள் மனம் சாயும்.

காலை பத்துமணிக்குப் பின் மெல்லமெல்ல அதிகரித்து வரும் பல்வலியின் அவஸ்தையிலிருந்தார் வாசுதேவன். குளிர்காலத்தில் அவருக்கு இது வழக்கம். வலி அதிகமாக அதிகமாக அவர் தலையைப் பிடித்து அழுத்தி, இடுப்பை உயர்த்தி ஒரு மாதிரியாக படுத்துக்கிடப்பார். குளிருக்கு இதமாக தலையைத் தரையில் அழுத்திவைத்து உறங்கும் நாயை ஒத்திருக்கும் அவருடைய படுக்கை. பல்வலியை அனுபவிப்பதில் அவருக்கு ஒரு தனித்துவம் இருந்தது என்பதே உண்மை. என்ன ஆனாலும் பல்வலி சில நேரங்களில் அவருக்கு சாதகமானதாகவும் இருக்கும். யாரும் அவரைப் பரிவுடன் பார்க்கமாட்டார்கள். எவ்வளவு வலி அனுபவிக்கிறார் என்று உன்னிப்பாக கவனிக்கமாட்டார்கள். படும் வலியும் அவஸ்தையும் யாருக்கும் தெரியாது. வாழ்வில் பல்வலி என்ற பக்கத்தைக் கிழித்தெறிந்துவிட்டால் எவ்வளவு உற்சாகமானதாக இருக்குமென்று முன்பெல்லாம் நினைத்திருக்கிறார். இந்தமுறை அவ்வளவு மனவேதனை அவருக்கு ஏற்படவில்லை.

எதிர்பார்ப்பின்மை

*"பொதுவாள் உட்காருங்க." கடையின் வாசலில் போடப்பட்ட நாற்காலிக்கு பொதுவாளை, சொந்தக்காரரை உபசரிப்பதைப் போல கூப்பிட்டார் கிருஷ்ணன் நாயர். பையனூரிலிருந்து வெண்கலப் பாத்திரங்களை மூட்டையாய்க் கட்டி விற்க எடுத்து வரும் போதெல்லாம் கிருஷ்ணன் நாயரின் கடையில்தான் பொதுவாள் சாப்பிடுவார். பள்ளிக்கூடத்தில் கோகுலன் சாருக்கும், தாமோதரன் சாருக்கும், சுற்று வட்டாரத்தில் மரம் இழைப்பவர்கள் இருந்தால் அவர்களுக்கும், பொதுவாள் வரும்போது அவருக்குமாக நாலைந்து பேருக்கான சாப்பாட்டைத்தான் கிருஷ்ணன் நாயர் தினம் தினம் தயாரிப்பார். பாத்திரங்களை நாயரின் கடையில் வைத்துவிட்டு மழைக்காலத்தின் வசூலை ஆரம்பிப்பார் பொதுவாள். மழைக்காலங்களின் வறுமையில், வெயில் நாட்களில் எப்போதோ வசூலுக்கு வரவிருக்கும் பொதுவாளிடம் அந்த ஊர் மக்கள் முன் பின் யோசனை இல்லாமல் பெரிய பாத்திரங்களாக வாங்கினார்கள். பணம் கையிலிருந்தால் அவர்கள் அவ்வளவு பெரிய பொருட்களை வாங்கமாட்டார்கள் என்று பொதுவாளுக்குத் தெரியும். வறுமையில் அதிக விலையுள்ள எல்லாவற்றின் மீதும் ஈர்ப்பு அதிகமாகும். வாங்கும் சக்தியற்றவர்களுக்கு பொதுவாளின் பாத்திரங்கள் மேலும் மேலும் பளபளத்தன. வயநாட்டு மக்களுக்கு வெண்கலப் பாத்திரங்களின் மேல் அதிக நாட்டமிருந்தது. வெண்கல விளக்கும் வெண்கல உருளியும் வெண்கலக் கிண்ணமும் இல்லாமல் அவர்களுக்கு வாழ்க்கையில்லை. புளிக்கல் வீட்டு முற்றத்தில் ஞாயிற்றுக் கிழமைகளில் புளிபோட்டுத் தேய்த்த வெண்கலப் பாத்திரங்கள் பொன் பாத்திரங்களின் கர்வத்துடன் வெயிலில்

---

*பொதுவாள் - ஒரு ஜாதியின் பெயர்

மின்னும். போனமுறை வந்தபோது வாசுதேவன் பொதுவாளிடம் நல்ல வெள்ளை வெண்கலத்தில் ஒரு சொம்பு வேண்டும். அனுசூயா படிக்க உட்காரும்போது குளிர்ந்த தண்ணீர் ஊற்றி மேசைமேல் வைப்பதற்கு என்று சொல்லி அனுப்பியிருந்தார். அந்த வெண்கலச் சொம்போடுதான் இந்தமுறை புளிக்கல் வீட்டு படியேறினார் பொதுவாள். அமைதியான கூட்டத்தைக் காப்பிச் செடிகளுக் கிடையில் பார்த்தபோது ஏற்பட்ட வழக்கமின்மைக்கு சுமித்ரா காரணமாக இருப்பாளென்று அவர் கொஞ்சம்கூட நினைக்கவில்லை.

முகத்தில் எந்த வித்தியாசமும் இன்றி, இறந்ததில் சற்றும் சிரமமில்லாமல் மல்லாந்து படுத்திருக்கும் சுமித்ராவின் கால்மாட்டில் பொதுவாள் கொஞ்சநேரம் அமைதியாய் நின்றார். கால்விரலில் நகங்கள் நேற்று வெட்டியது போலிருந்தன. பெருவிரலின் நகமூலை வெட்டும்போது காயம்பட்டு ரத்த சிவப்பாகி கன்றிப் போயிருந்தது. சுத்தமான பாதங்கள். மரணம் உடலிலிருந்து உயிரின் சிவப்பை ஒற்றி எறிந்திருந்தாலும் பாதங்கள் மட்டும் கழுவித் துடைத்ததைப் போலிருந்தன. ஒரு நிமிடம் பொதுவாளுக்கு குனிந்து உட்கார்ந்து அந்தக் கால்களில் முத்தமிடத் தோன்றியது. மன்னிக்கவும். உங்களுக்குத் தெரிந்ததை விடவும் இந்த சுமித்ராவை எனக்குத் தெரியும். அவர் சுற்றிலும் உள்ள ஆட்களைப் பார்த்து மனதுக்குள் சொல்லிக்கொண்டார்.

சுமித்ரா சொல்லியனுப்பியிருந்த காரப் பணியாரம் சுடும் சின்னச்சின்ன குழியுள்ள உருளியை எடுத்துக்கொண்டு பொதுவாள் வந்திருந்தார். வெளியே நின்று இரண்டுமுறை இருமியபோது அவள் உள்ளே இருந்து வந்தாள். மழைமேகம் மூடின நாட்களில் வழக்கமான தலைவலியும் தொண்டைவலியும் சளியுமாக அவள் உள்ளே படுத்திருந்தாள். ஆளே மாறியதுபோல முகம் வீங்கி, சிவந்த கன்னங்களும் நெற்றியில் துடிக்கும் பச்சை நரம்பும் கவனமாகப் பார்ப்பவர்களுக்கே அத்தலைவலியின் தீவிரத்தை உணர முடியும் கொஞ்சம் கசங்கிய மேல்துண்டும் குளிக்காததால் அலைபாயும் தலைமுடியுமாக நிற்கும் அவள் அவரின் ஆசையைத் தூண்டினாள். அவர் சின்னதாகப் பெருமூச்செறிந்தார்.

''தலைவலி ரொம்ப முடியல. உருளிய அங்க வச்சிருங்க. அவரு வர மத்தியானத்துக்கு மேல ஆகும். சாயந்திரம் வந்து பணம் வாங்கிக்குங்க.'' ஒரே மூச்சில் பேசியவள் கதவை சாத்த முயன்று நின்றாள். பொதுவாள் மூட்டையை அவிழ்த்து பாத்திரத்தை வெளியே எடுத்து சுமித்ராவின் முன்னால் வைத்துவிட்டு போகத் திரும்பினார். வாசலில் மிளகாய் செடியைப் பார்த்தவுடன் அவர் சுமித்ராவின் பக்கம் திரும்பி "வலி அதிகமா இருக்கா?" என்று கேட்டார்.

''நிக்ககூட முடியல''

''நான் ஒரு மருந்து தரேன்'' சொன்னவர் மிளகாய்ச் செடிகளின் இலைகளைப் பறித்தார். "அம்மி எங்க இருக்கு" என்று அவர் கேட்டபோது அவள் சம்மதிக்கவில்லை. ''வேண்டாம் வேண்டாம் நானே அரைச்சுப் போட்டுக்கறேன்'' அவள் சொல்லி முடிப்பதற்குள் அம்மியைப் பார்த்துவிட்ட பொதுவாள், மிளகாய் இலைகளை பட்டுமாதிரி அரைத்தார். ஒரு பலாமர இலையைப் பறித்து அதில் அதைப் பிழிந்தார். வடிந்த நீர் ஒரு கை வரும். திண்ணையைக் காட்டி ''இங்க படுங்க, வைத்தியருக்கும் ஆசாரிக்கும் தீட்டு இல்ல. எண்ணிக்கிட்டே படுங்க, ஒண்ணுரெண்டுன்னு இருவத்தஞ்சு எண்றதுக்குள்ள தலைவலி போயிடும்.''

சுமித்ரா எதனாலோ உள்ளே போனாள். நடு அறையில் பாய் விரித்த கட்டிலினருகில் நின்று மேல்துண்டினை மேலும் ஒருமுறை இழுத்துவிட்டுக்கொண்டு மல்லாந்து படுத்து கண்களை மூடினாள். அவர் தரையில் மண்டியிட்டு அவள் தலைமாட்டில் உட்கார்ந்தார். அரைத்த மிளகாய் இலையை நெற்றியில் பத்து போடுவதற்கு பதில் முடியைப் பின்னால் கோதிவிட்டு ஈரமாக இருக்கும் கையால் நெற்றியின் இடதுபாகம் துடிக்கும் நரம்பை மெதுவாக அழுத்திவிட ஆரம்பித்தார்.

ராகவன் பொதுவாள் அவருடைய கல்யாணத்திற்குப் பிறகு வந்த நாட்களிலொன்றில் மனைவியின் பெரியம்மாவின் வீட்டுக்குப் போயிருந்தார். அந்த பெரியம்மாவிற்கு முதுகுத்தண்டில் புற்றுநோய். நோயின் வீரிய வலி தாங்கமுடியாமல் முனகிக்கொண்டிருந்தாள்.

''அம்மா நீங்க பாக்கணும்னு சொன்னீங்களே, இதோ பாருங்க உஷாவோட புருஷன் வந்திருக்காரு''

மிகவும் சிரமப்பட்டு கண் திறந்து அந்தம்மா உஷாவையும் ராகவன் பொதுவாளையும் பார்த்தாள்.

''ரொம்ப முடியல மக்களே, நீ கொஞ்சம் என் முதுகை அழுத்திவிடுவியா?'' கவிழ்ந்துபடுத்தாள் பெரியம்மா.

ஜாக்கெட் அணியாத சுருங்கிப்போன தோல் மூடிய பெரியம்மாவின் முதுகை உஷா மெல்ல அழுத்திவிட ஆரம்பித்தாள். மனதார அல்ல. உள்ளார்ந்து அழுத்திவிடவில்லையானால் சீக்கிரமே கை வலி கண்டுவிடும். பொதுவாள் உஷாவிடம் நகர்ந்து நிற்கச் சொல்லி கண்காட்டினார். கைமாற்றியது தெரியாமல் அதே தடவலில் கையை மிருதுவாக்கி பொதுவாள் அழுத்திவிடத் தொடங்கினார். மெதுவாக அந்தம்மாவிலிருந்து ஏதோ உடைந்து கரைய ஆரம்பித்தது. அழுத்தலின் சுகத்தில் நொடியில் தூங்க ஆரம்பித்த பெரியம்மாவின் உடலில் இறுக்கம் கூடியது. சுவாசப்பாதை கனத்து சீராகி குறட்டையொலி வர ஆரம்பித்தது. சாப்பிட்டு முடித்து உஷாவும் பொதுவாளும் புறப்பட்டு வெளியில் வந்து போதுதான் பெரியம்மா எழுந்தாள்.

''நீ என்ன சுகமா அழுத்திவிட்ட தெரியுமா? என் ஆயுசுல நான் இப்படி தூங்கினதில்ல.''

திடீரென சுமித்ரா தலையை அழுத்திவிடும் அவருடைய கையை எடுத்து உதடுகளில் வைத்து அழுத்தி அழுத்தி முத்தமிட்டாள். அவர் கரைந்துபோய் அவளைப் பார்த்தபடியே உட்கார்ந்திருந்தார். மெல்ல கையை விடுவித்து எழுந்து வெளியேறி தன் செருப்பை எடுத்து கூரையில் செருகிவைத்து உள்ளே வந்து கதவை அடைத்துத் தாளிட்டார். வெளியேறும்போது அவர் சிரித்தார். மருந்து தடவவே இல்லை. அப்படியொரு இதயம் நிறைந்த, வலி நிறைந்த, இந்தக் கருணை ததும்பும் புன்சிரிப்பை அவர் ஆயுசில் பார்த்ததில்லை. பூமியில் இந்த கருணையை உணர்ந்தவர்கள் எத்தனை ஆண்கள் இருப்பார்கள்?

அதன்பிறகு அவர் பதிமூன்று வருடங்களாக, வருடத்தில் ஒருமுறையோ இரண்டு முறையோ அந்த வீட்டிற்கு வருகிறார். புளிக்கல் வீட்டின் முற்றத்தில் வைக்கும் அத்தனைப் பாத்திரங்களும் வெண்கலப் பாத்திரங்களாக அவர் பையனூரிலிருந்து கொண்டு வந்திருந்ததுதான். ஆனால் அதற்குப் பிறகு ஒருபோதும் அவர்களிருவருமாக அந்த வீட்டில் தனித்திருந்ததில்லை. படியிறங்குமிடத்தில் ஆட்கள் கூடி நின்றிருந்தபடியால் பொதுவாள் வீட்டின் ஓரமாகத்தான் வெளியே வரமுடிந்தது. கண்களில் அடித்த காப்பிக் கிளைகளை அழுத்தமாய் ஒதுக்கிவிட்டு அவர் நடந்தார்.

சவம் மீண்டும் சுமித்ராவானது

அனுசூயா. உனக்கு அழுகை அனுசூயா என்றுதான் பெயர் வைத்திருக்க வேண்டும். வகுப்பில் பக்கத்திலிருக்கும் மாணவி அகிலா அவளிடம் சொன்னாள். நாளில் ஒருமுறையாவது யாராவது ஒருவர் 'ஏன் இப்படி அழற?' என்று கேட்காமல் இருந்ததில்லை. அவள் சந்தோஷமாக இருந்தாலும் முகத்தில் துயரம் படிந்திருந்தது. சிலருக்கு அகத்தின் ஒலி பிரதிபலிக்கும் முகமாக வாய்க்கும், சுமித்ராவின் முகத்தைப்போல. சிலருக்கு அவர்களின் உணர்வை பிரதிபலிப்பதாக இருக்கும் மாதவியைப் போல. சிலருக்கு அவர்களின் துர்பாக்கியமான முகமாக வாய்க்கும் அனுயாவைப் போல. மெல்ல மெல்லத்தான் அது மாறும். அனுசூயாவின் முகம் இப்போதுதான் அவளுக்கு முற்றிலும் பொருந்தியிருக்கிறது.

அனுசூயாவிற்கு வாசுதேவனைப் போன்ற நிறம் தான். தணலின் நிறம் அது. அவரைப்போல கால்விரல்களைத் தரையில் பதித்து சத்தமெழுப்பாமல் தான் அவள் நடப்பாள். எப்போதும் ஈரம் படிந்திருக்கும் வயநாட்டுத் தரையில் வழுக்கி விழுந்துவிடுவோம் என்ற பயத்துடன் நடந்து வளர்ந்ததால் கூட அவள் நடை அப்படி மாறிப்போயிருக்கலாம். அப்பாவின் பயந்த சுபாவம் அப்படியே அவளுக்குள் தங்கியிருந்தது. சுமித்ரா சத்தமின்றி வந்து தன் பின்னால் நிற்கும் அனுசூயாவை எப்போதும் திட்டுவாள். மெலிந்து அமைதியாய் தூங்கும் அந்தச் சின்னப் பெண்ணைப் பார்த்து சுமித்ரா படுக்கையில் பல இரவுகள் தூக்கம் வராமல் புரண்டிருக்கிறாள்.

"என்னதான் வேதனை மகளே உனக்கு?" கலைந்த முடியும் நெற்றியில் கருத்த வடுவும் (இரண்டரை வயதில் ஜல்லிக் கல்லில் விழுந்தபோது ஏற்பட்ட வடு. இவள் வளர்ந்தபோது சிறிதாவதற்கு பதில் அதுவும் கூடவே வளர்ந்தது.) கம்மலை நெருக்கிப் போட

முடிகிற சின்ன காது மடல்களையெல்லாம் பார்த்துக்கொண்டிருந்தால் சுமித்ராவுக்கு துக்கம் தொண்டையை அடைத்துவிடும்.

உனக்கு ஆத்மார்த்தமான சிநேகிதிகளே இல்லையா? ஏன் இப்படி தனியாக இருக்கிறாய்? இவளுக்கு அனுசூயா என்று பெயரிட்டிருக்க வேண்டாமோ என்று சுமித்ராவுக்குத் தோன்றியது. அனுசூயா என்ற பெயரே ஓர் இல்லாமை தானே. வாழ்வின் மீதான பற்றின் பெயர்தான் அசூயை -பொறாமை. பொறாமையும் சுயநலமும் பேராசையும் பகையும் வெறுப்பும் எல்லாம் மனிதனுக்கு தேவையான உணர்ச்சிகள்தான். செடியை வெயிலில் வைப்பது போல, வேரினை நீர் ஊறியிருக்கும் மண்ணுக்கு அடியில் புதைப்பது போல இதெல்லாம்தானே ஒரு மனிதனை இட்டுச்செல்கின்றன. முலைப்பால் வற்றியும் வற்றாத தெய்வங்களின் கருணையால் தான் நாம் வாழ்கிறோம். ருசிக்கு பசி என்பது போல கொண்டாட்டமாக மாறவேண்டிய வாழ்க்கைக்கு அவை அவசியம். பயமறியாத இந்த சின்னப் பெண் எப்படி இந்த பூமியில் காலம் தள்ளமுடியும்? உணவிலோ, உடையிலோ, ஆபரணத்திலோ, அலங்கரித்தலிலோ எதிர்காலத்தைப் பற்றிய திட்டமிடலிலோ அவளுக்கு எந்த ஆர்வமுமில்லை. அவளால் தன்னைத் திரும்பிப் பார்க்காமலேயே கண்ணாடியைக் கடந்து போய்விட முடியும். தன்னைப் பற்றி பேசுவதாக இருந்தாலும் யாரைப் பற்றியோ பேசுகிறார்கள் என்று உதாசீனப்படுத்தி கடந்து போய்விட முடியும். கால் வலியின் போதோ எப்போதாவது வரும் காது வலியின் போதோ மட்டும்தான் தன் உடல் அவளுக்கு நினைவுக்கு வருகிறது. மற்ற நேரங்களில் அது அவள் நினைவில் கூட இல்லை. அவள் தூங்கும்போதுதான் சுமித்ரா நகம் வெட்டிவிடுவாள். நகம் வெட்டும்போது பாதி கலைந்த தூக்கத்தில் மெல்லக் கண்விழித்து நன்றாகப் பார்த்துவிட்டு மீண்டும் கண்மூடி தூக்கத்தைத் தொடருவாள். தூக்கம் தன் நகத்தைக் கொண்டுபோய் விட்டது என்பதை மறுநாள்தான் கண்டுபிடிப்பாள்.

எல்லோரும் வீட்டிற்குப்போனபின் வகுப்பறைகளில் யாருமில்லை என உறுதிப்படுத்தி கதவைப் பூட்டிக்கொண்டு பியூன் வீட்டிற்குப் போன பிறகு, வகுப்பறையில் தான் மட்டும்

தனித்திருப்பதை அவள் அறிந்தாள். நான்காம் வகுப்பு படிக்கும் அனுசூயா டெஸ்க்கில் வைத்த கணக்கு நோட்டைத் தேடிக்கொண்டிருந்தவள் இரவான போதுதான் பள்ளிக்கூடத்தில் மாட்டிக்கொண்டதை உணர்ந்தாள். கூப்பிட்டால் கேட்கும் தூரத்தில் யாருமில்லை. அவள் வாத்தியாரின் நாற்காலியில் போய் உட்கார்ந்து நேரமாக ஆக அப்படியே உறங்கத் தொடங்கினாள். ஏழரை மணிக்கு வாசுதேவனும் சுமித்ராவும் ஊரில் உள்ளவர்களும் பியூனுடனும் ஹெட்மாஸ்டருடனும் வந்து கதவைத்திறந்து பார்த்தபோது அனுசூயா நன்றாக உறங்கியிருந்தாள். 'பயப்படக்கூட அவளுக்குத் தெரியவில்லை', இவைகளை அதிசயமாய் கேட்டுக் கொண்டு நிற்கும் மாதவியிடம் சுமித்ரா சொன்னாள்.

அனுசூயா பனிரெண்டு மணிக்குதான் ஹாஸ்டலிலிருந்து வந்தாள். மூச்சு வாங்கியபடி வாசலில் ஏறி வந்த அவள் சுமித்ராவைக் கட்டிப்பிடித்து அப்படியே அழத் தொடங்கினாள். அந்த அழுகை அங்கிருந்த எல்லோரையும் மீண்டும் அழ வைத்தது. தாயின்றி அநாதைகளாய் தவிக்கப்போகும் பிள்ளைகளை அவர்கள் அனுசூயா மூலம் பார்த்தார்கள். சட்டென தவிர்க்க முடியாததும் பாரமேறியதுமாக மாறிய தங்கள் இருப்பும், தங்களுக்கு ஒன்றும் ஆகவில்லை என்ற உணர்வும் சேர்ந்து அவர்களை அடக்க முடியாத அழுகையில் ஆழ்த்தியது. அழுவதில் ஆண்களைவிடவும் பெண்களுக்குத் தொடர் காரணங்கள் நிறைய இருந்தன. அனுசூயா வந்தவுடன் பிணம் மீண்டும் சுமித்ராவாக ஆனது. அவள் மீண்டும் பெருமூச்சுகளின், வாழ்வைப்பற்றிய யூகங்களின், எதிர்கால பயத்தின் ஊற்றுக்கண்ணாக மாறினாள்.

தனக்கு அம்மாவை இவ்வளவு பிடிக்குமென்று அனுசூயா இப்போதுதான் உணர ஆரம்பித்தாள். ஒருநாள் அனுசூயாவை இப்படி வீட்டிற்கு வரவழைப்பாள் என்று உணரும் தருணத்தை சுமித்ரா இதுவரை தந்ததே இல்லை. அப்படி தெரிந்திருந்தால் அவள் அம்மாவைப் பிரிந்து போயிருக்கவேமாட்டாள். அம்மா சொல்வதைக் கேட்காமல் தன் மனம் போன போக்கில் வாழ்ந்திருக்கமாட்டாள். என் அம்மாவோடு கொஞ்ச காலம்தான்

நான் வாழ்ந்திருக்கிறேன், அனுசூயா அம்மாவின் குளிர்ந்த உடலை தடவிக்கொண்டே நினைத்தாள். தனக்கு இன்னும் நெருக்கமாக இழுத்து அணைத்துக்கொள்ள முயன்றாள். சுமித்ரா உடலில் எப்போதும் இளம் சூடு இருக்கும் (கொதிக்க வைத்து ஆறின எந்த தீங்குமற்ற மிதமான தண்ணீர் போல). அனுசூயாவின் உடல் எப்போதும் குளுமையாகவே இருந்தது. அனுசூயாவின் உடல் குளுமையை சிலநேரங்களில் சுமித்ரா கேட்டு வாங்கியிருந்திருக்கிறாள். தலைவலி கூடும்போது அவள் அனுசூயாவின் குளிர்ந்த கைகளைக்கொண்டு தலையை நீவிவிடச் சொல்வாள். அவள் விழிக்கும் வரை அனுசூயா அம்மாவின் நெற்றியிலிருந்து கையை எடுக்காமல் உட்கார்ந்திருப்பாள். அவள் அப்படி உட்கார்ந்திருப்பது சுமித்ராவுக்கு பாவமாக இருக்கும். எத்தனை பாவம் என் மகள்.

தான் இல்லையென்றால் அந்த வீட்டில் எந்த மாற்றமும் நிகழப்போவதில்லை என்பது அனுசூயாவுக்குத் தெரியும். தன் இருப்பு தெரியுமளவுக்கு எந்த அடையாளத்தையும் அவள் வீட்டில் உருவாக்கவில்லை. ஆனால் சுமித்ரா அப்படியல்ல, அந்த வீட்டின் ஒழுங்கு அவள்தான். அவள் இல்லையென்றால் காரணங்களும் வழிமுறைகளும் அற்றதாகிவிடும் அவ்வீடு. சுமித்ரா எங்கே வைத்துவிட்டாள் வாழ்க்கையை என்று வாசுதேவனும் அனுசூயாவும் திகைத்துப்போய் உட்கார்ந்திருந்தார்கள்.

ஆண்டுவிழாவிற்குக் கட்டுவதற்கு சுமித்ரா கல்பட்டா அனுராக் கடையிலிருந்து எடுத்த புடவையை அனுசூயாவுக்குப் போனவாரம் கட்டிப் பழக்கிவிட்டிருந்தாள். புடவை கட்டியபோது சட்டென வளர்ந்த தன் மகளைப் பார்த்த சுமித்ராவுக்கு கண்கள் கலங்கின.

"அம்மா உன் முடிவு முன்கூட்டியே உனக்கு தெரியுமா? பின்ன ஏன் என்னை ஹாஸ்டலுக்கு அனுப்பின?" அனுசூயா அம்மாவின் நெற்றியை, கன்னத்தை, நெஞ்சை என்று கைநீட்டி மாறிமாறித் தடவிக்கொண்டிருந்தாள். அவளுக்கே அவளுக்கான அம்மாவின் உடலை அவள் அழுத்தமாக தன் உடலோடு சேர்த்து பிடித்துக்கொண்டாள்.

‘‘அனுசூயாவை உள்ளக் கூட்டிட்டுப் போய் படுக்கவைங்க, குளிக்க வைக்கிற நேரமாயிடுச்சு.’’ தாசன் புருஷோத்தமனிடம் சொன்னான். புருஷு தொட்டு எழுப்பியபோது எந்தத் தடையுமில்லாமல் எழுந்தாள் அனுசூயா. ஆனால் தான் இப்போது எழுந்தது ஒருபோதும் மீண்டும் படுக்கமுடியாத இடத்திலிருந்துதான் என்று உணர்ந்தபோது குனிந்து அவள் அம்மாவின் நெற்றியில் முத்தமிட்டாள். நெற்றியில் வந்துவிழுந்திருந்த சுமித்ராவின் முடிக்கற்றையைத் தலையில் சேர்த்து ஒதுக்கிவைத்தாள். எழுந்து புருஷுவின் தோளைப் பிடித்துக்கொண்டுபோய் நடு அறையில் அம்மா விரித்து வைத்திருந்த பாயில் படுத்துக்கொண்டாள். கொடியில் அம்மாவுடைய ஜாக்கெட்டும் உள்ளாடைகளும் தொங்கிக்கொண்டிருந்தன. அதில் அம்மாவின் வாசம் இப்போதுமிருக்கும் என்று அவள் நினைத்தாள். நீண்ட நாட்களுக்குப் பின் தான் அம்மாவால் இந்த வீட்டிலிருந்து அகல முடியும் என்றும் அனுசூயாவுக்குத் தோன்றியது.

புனிதமானவள்

உடன் அழுவது மேலும் சுலபம், ஒன்றாய் நடந்து மலையேறுவது போல. மலையேறுகிறோம் என்றே தெரியாது. மலையைப் பிரித்து பங்குவைத்து ஏறுவது போல அது இன்னும் சுலபம். ஆனால், தனியாகக் கதவை அறைந்து சாத்தி கட்டிலில் கவிழ்ந்து படுத்து நினைத்து நினைத்து அழுவதில் ஒன்றாய் அழுவதில் இல்லாத ஒரு கூடுதல் தனித்துவமுண்டு. மரியாதை, ஒரு கடிமை, ஒரு அடர்த்தி இருக்கிறது. காப்பிச் செடிகளுக்கிடையில் குனிந்து நெளிந்து மட்டுமே ஏற முடிகிற வேலியில் முற்றி வளரும் செடிகளும் மரங்களும் வீட்டின் ரகசியத் தன்மையை அதிகரிக்கும். அந்த வீட்டிலிருந்து மாதவி, சுமித்ராவை மரியாதையுடன் வழியனுப்ப யத்தனிக்கிறாள் என்று சொல்லலாம். அழுகையின் தீவிரத்தால் புரிந்துகொள்ள முடிகிற மாற்றங்கள் அவை. இறக்கிப் படுக்கவைப்பது, முக்கிய உறவினர்களின் வருகை, அனுசூயாவின் தவிப்பு, குளிக்க வைக்க தூக்குவது என ஒவ்வொன்றும் சுமித்ராவின் காலி இடத்தை உறுதிப்படுத்திக் கொண்டிருந்தன.

மாதவி மாதவ வண்ணான் வீட்டிற்கு கல்யாணமாகி வந்த போது சுமித்ராவிற்குத் திருமணம் ஆகவில்லை. நான்கு பெண் குழந்தைகளில் மூன்றாவது பெண்ணாகப் பிறந்தவள் மாதவி. நல்ல குண்டாக - கனிந்த என்பதே இன்னும் சரியாக இருக்கும் - மாநிறமான மூத்த இரண்டு பெண்களைவிடவும் வளர்த்தியாக இருந்தாள். ஆண்களின் பார்வையில் தப்பி நடக்க முடியாதவளானாள். சின்ன வயதிலிருந்தே சித்தப்பாக்களின், தாய்மாமாவின் செல்லம் எல்லை மீறும்போது அதுவே அவளைத் தனிமையாக உணரச் செய்தது. கோழிக்கோடு மருத்துவக் கல்லூரி வார்டுகளிலும், ஹாஸ்டலிலும் கிடைத்த சலவைத் துணியில் ஒரு பங்கை மாமா அம்மாவுக்காக

கொடுத்திருந்தார். ஆனாலும் அவ்வீட்டு வறுமையைப் போக்கி நிம்மதியாய் வாழ அது போதுமானதாக இல்லை. மிகச்சரியாக ஒன்றரை வயது வித்தியாசம் மட்டும் இருக்கும் சகோதரிகள் எப்போதும் எதற்கோ சண்டையிட்டுக்கொண்டே இருந்தார்கள். சாப்பாட்டில், பேச்சில், உடம்பில் சோப்பு தேய்ப்பதில், வாசலில் யாராவது வந்தால் போய்ப் பார்ப்பதில், ஆற்றங்கரையில் ஆண்களின் கவனம் ஈர்ப்பதில், எங்காவது புறப்பட்டு போவதில் என சில நேரம் அம்மாவுக்குப் பைத்தியமே பிடித்துவிடும். தூங்கும்போது கூட அவர்களின் உடல்கள் போராடிக்கொண்டே இருந்தன. அப்போதுதான் வண்ணான் மாதவன் பற்றிய தகவல் கிடைத்தது. காலில் லேசாக ஊனம். அவனை 'தந்தக்கம் திந்தக்கம்' என்றுதான் குழந்தைகள் கூப்பிடுகிறார்கள். முன்பின் தெரியாதவர்களுக்கு சமமற்ற நிலத்தில் நடக்கிறான் என்றுதான் தோன்றும். ஒரு ரெண்டாங்கெட்டான். ஆனால் வயநாட்டு ஆட்களுக்கு வயிற்றுப் பஞ்சமே இல்லை. இவள் வீட்டிலும் ஒரு வயிறு குறையுமே என்ற நிம்மதி. மாதவனுக்கும் அவளைப் பிடித்துவிட்டது. அப்படியாக அது மாதவியின் திருமணத்தில் முடிந்தது.

பதினெட்டு நாட்கள்வரை மாதவி அவனைத் தொட அனுமதிக்கவில்லை. வயநாட்டின் குளிர் காற்றோ, காப்பிக் கொட்டைகளிடையே விடாமல் பெய்யும் நூல்மழையோ, புல் வேய்ந்த கூரையில் விடாமல் ஒழுகிக்கொண்டிருக்கும் கருப்பு டீயின் நிறமுள்ள மழைநீரோ, பெரிய மரவட்டையோ, மழைக்கு வெளியே போகாமல் திண்ணையிலேயே நின்று தூக்கம் சொக்க அவ்வப் போது கால்தடுக்கி விழும் கோழிகளோ, அறுபடாத மௌனமோ எதுவும் அவளுக்குப் பிடிக்கவில்லை. தனிமைச்சிறையில் அடைக்கப்பட்டவள் போல உணர்ந்தாள். அதன் கதவை மிதித்து திறந்து வெளியேற முயற்சி செய்துகொண்டிருந்தாள். மாதவனின் உருவமே அவளுக்குப் பார்க்கப் பிடிக்கவில்லை. நீண்டு மெலிந்த மூங்கில் கழிகளைப் போன்ற கால்களின் உச்சியில் இருந்தான் அவன். வேட்டியை உள்ஜட்டியும், பின்புறத்தின் தொடக்கமும் தெரியுமளவு ஏற்றிக்கட்டி தன் முழங்காலின் உயரத்தை அதிகமாக்கிக்

காண்பித்தான். அடர்த்தியான காற்றும் மழையும் ஒன்றாய்க் கலந்த ஆடி மாத இரவொன்றில், இதோ இப்பொழுதே வீடு இடிந்து விழுந்துவிடும் என்று நடுங்கிய ஒரு நள்ளிரவில் பயத்தில் அவள் அவனை இறுகப் பிடித்தாள். பத்தொன்பதாம் நாள் இரவு அது. அவன் நாட்களை எண்ணிக்கொண்டே படுத்திருந்தான். அந்தப் பேய் மழை இரவுமுழுவதும் நீண்டுகொண்டே போனது. குறைபாடுகளைப் புறந்தள்ள ஒரு கட்டம் வந்தபோது மாதவன் ஆணாய் மட்டுமே நிலைத்து நின்றான். அதுபோன்ற இரவுகள் மீண்டும் மீண்டும் வந்தன. கணவன்மார்களைப் பிடிக்காமல் கோபித்துக்கொண்டு படுத்திருக்கும் பெண்களைப் போர்வைக்குள் இழுத்து கர்ப்பவதிகளாக்கும் வயநாட்டின் ஆடிமாத இரவுகள் அவை. பங்குனி, சித்திரை மாதங்களில்தான் அங்கு அதிக பிரசவங்கள் நடந்தன. பங்குனி மாதத்தின் கொடும் வெயிலில் உயிர் பிளக்கும் வலியில் அந்தப் பெண்கள் பெண்பிறவியை சபித்தார்கள்.

மாதவியின் திருமணம் முடிந்து இரண்டு வருடங்களுக்குப் பிறகு தான் வாசுதேவன் சுமித்ராவைத் திருமணம் செய்து அழைத்து வந்தார். இதழின் மென்மையுள்ள பெண். நல்ல உயரமான தேனின் நிறமுள்ளவள். கல்யாண கும்பலெல்லாம் போன பிறகு பழங்கல வாசலில் போய் நின்றாள் மாதவி. சுமித்ரா குளித்துவிட்டு வந்திருந்தாள். அவளின் அளந்து பேசும் பேச்சின் தன்மை மாதவியை ஈர்த்தது. இவ்வளவு அளவாய் எப்படி ஒரு பெண் பேசமுடியும்? தன் தனிமையையும், விதியையும் உச்சத்தில் நின்று உரக்கப் பேசிப்பேசி பழக்கப்பட்டவள் மாதவி. சோப்பு நுரைப்பது போல அவள் வார்த்தைகள் நுரைத்தன. மாதவி புழக்கடையிலிருந்தும், மாதவன் ஆற்றங்கரையிலிருந்தும் ஊராரின் அழுக்கைத் துவைக்கிறார்கள் என பக்கத்து வீட்டுக்காரர்கள் சொல்வார்கள்.

எப்போதாவதுதான் மாதவி சுமித்ராவின் வீட்டிற்குப் போவாள். அப்போதே அவளுடைய போக்கு சரியில்லை என்று ஊர்க்காரர்களுக்குத் தெரிந்திருந்தது. ஆண்களின் நடை மாதவி வீட்டு வாசலைத் தாண்டும்போது மெதுவானது. காப்பிச் செடிகள் ஆட்களைத் தன்னுள் ரகசியங்களின் நிமித்தம் மறைத்துவைக்கத் தொடங்கியிருந்தன. எஸ்டேட்டின் அப்பு ரைட்டர் எப்போதும்

மாதவி வீட்டுத் திண்ணையிலிருந்தார். மாலையில் மட்டுமே வீட்டிற்கு வரும் மாதவன் சந்தேகம் தீராத இரவுகளில் அவளை மேலும் கொஞ்சினான். இரண்டாம் பிரசவத்தின் போது மாதவியின் அலறல் சத்தம் கேட்டு சுமித்ராதான் முதலில் வந்தாள். வேலை செய்யுமிடத்திலிருந்து கருப்பியைக் கூட்டிக் கொண்டுவர புருஷுவை அனுப்பினாள். பிறந்த குழந்தையை எடுத்து சுமித்ரா மாதவிக்குக் காட்டிய அந்த நிமிடத்திலிருந்து அவர்களுக்கிடையில் ஒரு பந்தம் கூடியது. பிரசவநேரத்தில் உதவிக்கு ஆளில்லாமல் தவித்ததால் இருக்கலாம். மாதவிக்குக் கொஞ்சமும் ஈடில்லாத சுமித்ராவின் உதவியாலும் இருக்கலாம், அது அந்த முரட்டுப் பெண்ணை மிருதுவாக்கியது.

சுமித்ரா மாதவியின் வீட்டுக்குப் போவது வாசுதேவனுக்கு பிடிக்கவில்லை. தெற்கு பார்த்த நிலத்தில் மாதவியின் இடத்தோடு சேர்ந்திருக்கும் பகுதியில் கிளைவெட்டிவிட, பராமரிக்கப்பட வேண்டிய காப்பிச்செடிகள் அதிகமில்லை. ஆனாலும் அதை வாசுதேவன் நன்றாகப் பராமரித்தார். மாதவியின் மீதான ஈர்ப்பு அவரை மோசமாக பேசத் தூண்டியது. இடையில் 'கணார அண்ணன்' மாதவி வீட்டு பலாமரத்தடியில் தன்முறைக்காகக் காத்திருக்கும் போது இதயம் வெடித்துச் செத்த செய்தி கேட்டு ஊர்க்காரர்கள் அவளை மேலும் வெறுத்தார்கள். அவளோடு பேசுவதே குற்றமாக கருதப்பட்டது.

"அந்த அசிங்கம் பிடித்த பெண்ணிடம் நீ ஏன் பேசுகிறாய்?" என்று வாசுதேவன் சுமித்ராவைத் திட்டிக்கொண்டே இருப்பார். மாதவி எப்போதும் வாசுதேவனைக் கண்டுகொண்டதேயில்லை திண்ணையில் சுவரில் சாய்ந்து நிற்கும் அந்த சிவந்த முகத்தைப் பார்த்துக்கொண்டு மணிக்கணக்காய் அவர் நின்றிருக்கிறார். அவள் அவரைப் பரிதாபத்தோடு இமை கொட்டாமல் பார்த்துக் கொண்டிருப்பாள். சிரித்துக்கொண்டே அவள் இப்போது எழுந்து உள்ளே போய்விடுவாள் என்றும், காப்பிக் கிளைகளை ஒதுக்கி அவள் வீட்டுக்குள் தான் போய்விடுவோமென்றும் அவர் நினைத்த தருணங்கள் கைகூடவில்லை. இதை ஒருபோதும் சுமித்ராவிடம் அவர் பகிர்ந்துகொண்டதில்லை.

வீட்டில் யாரும் இல்லாத நேரத்தில் சுமித்ரா முற்றத்தின் மூலையில் நின்று மாதவியைக் கையசைத்துக் கூப்பிட்டாள். அவளுக்கு கேட்காத நேரங்களில் முன்கதவை சாத்தி பின்பக்கமாகப் படியிறங்கி, காப்பிச் செடிகளுக்குள் நுழைந்து அவள் வீட்டுத் திண்ணையில் ஏறினாள். அவள் வீட்டிற்குள் போகும்போது அங்கே உணரும் சில அதிர்வுகள் சுமித்ராவுக்கு எப்போதுமே பிடித்திருந்தன. நடத்தை கெட்ட அந்தப் பெண்ணோடு இதற்குமுன் யாரும் இவ்வளவு நெருக்கத்துடன் இருந்ததில்லை. பெரும்பாலான ஆண்கள் விஷயம் முடிந்த பிறகு அவளைக் குற்றவாளியைப் போல பார்ப்பவர்களாக மட்டுமே இருந்தார்கள். மற்ற ஆண்களும் ஏறக்குறைய அப்படித்தான். ஆனால் அவர்களுக்கு மாதவியைப் பற்றி ஒன்றும் தெரிந்துகொள்ள வேண்டிய அவசியமில்லை. பேசும் உதடுகள் தான் முக்கியமே தவிர அது உச்சரிக்கும் சொற்களைக் கேட்க அவர்கள் தயாராக இல்லை.

''என்னதான் உன் ரகசியம்? எதுக்காக சின்னக் கவுண்டர் உங்கிட்ட வர்றார்? அவ்ருடைய மனைவி போல அழகி இந்த வயநாட்டில் யாராவது இருக்காங்களா? கல்பட்டா கடைத் தெருவில் குடகுக்காரியான அவள் கம்பீரமாக அழுத்தமாகக் கால் பதித்து நடந்து போனால் கடைக்காரர்கள் உட்கார்ந்த இடத்திலிருந்து எழுந்து, பார்த்துக் கொண்டிருக்கும் வேலையை நிறுத்தி, பெருமூச்சுடன் அவளையே பார்த்துக் கொண்டிருப்பதை நான் பலமுறை கவனித்திருக்கிறேன். நிசப்தமான அந்த காட் ஆஃப் ஹானரிங்ஙின் கம்பீரம் மனதிலிருந்து மறையவே இல்லை. அவளைப் புறக்கணித்து உன்னிடம் வர நீ என்ன அழகை வைத்திருக்கிறாய்?'' சுமித்ரா மாதவியிடம் கேட்டாள். ''எங்கிட்ட வேற வேற ஆட்களும் வராங்க இல்லையா? அதான் எல்லாரையும் ஈர்க்குதுன்னு நான் நினைக்கிறேன். ஆண்கள் மிகவும் பயந்தவர்கள். தனித்தனியாகத் தான் என்றாலும் அவர்கள் கூட்டமாகத்தான் வருகிறார்கள். கணாரன் இறந்த பொழுது நிலம் முழுக்க வழியாய் மாறியது. என்னை நினைத்து, இங்கே நடப்பதை நினைத்து ஒரு ஆள் இதயம் வெடித்து இறந்துவிட்டான். அந்தக் குடகு சுந்தரிக்குப் பக்கத்தில் கவுண்டர்

மட்டும்தானே போகமுடியும். அதுமட்டுமில்லை. அவள் அவரின் பிள்ளைகளுக்கு அம்மா, சமையல்காரி, சிலநேரங்களில் வயிற்றுவலிக்காரி. நானோ இதற்கு மட்டும், இதற்காக மட்டுமே இருக்கிறேன். ஊரில் புலிகளாக இருப்பவர்கள் என் பாயில் பூனைக்குட்டிகள். நான் அவர்களைக் கொஞ்சவும் தண்டிக்கவும் செய்வேன். என்னுடைய மாதவனுக்குக் கூட பிறர் என்னை ஸ்பரிசிக்க தொடங்கியபோதுதான், படுக்கையிலிருந்து அந்நியர்களின் மணம் பரவ ஆரம்பித்தபோதுதான் என்னைவிட்டுவிட முடியாமல் போனது. பாவம் கணாரன், ஆசையினால் அவன் சாகவில்லை.'' மாதவி பேசிக்கொண்டே போனாள்.

ஒருநாள், ஒரே ஒருநாள். அன்று வாசுதேவன் அவருடைய நண்பர்களுடன் மூகாம்பிகைக்குப் போயிருந்தார். நாளையோ நாளை மறுநாளோதான் வருவார். அப்படியே தர்மஸ்தலத்திற்குப் போனாலும் போகலாம். மாலை மயங்கிய போது பழங்கலத்தின் இருட்டிலிருந்து எழுந்து மேல் துண்டை எடுத்து உதறி மீண்டும் மேலே போட்டுக்கொண்டு மாதவி அவள் வீட்டிற்குப் புறப்பட்டபோது சுமித்ரா மீண்டும் கேட்டாள்.

''இன்னைக்கு யாரெல்லாம் வராங்க?''

''ஒன்பது மணிக்கு பஞ்சாயத்து எக்சிகியூட்டிவ் ஆஃபிசர், பத்துமணிக்கு போஸ்ட் மாஸ்டர் குஞ்ஞுராமன் சார் . பிறகு இரவு முழுக்க மனோஜ்''

சுமித்ரா முகம் நிமிர்ந்து பார்க்காமலேயே சொன்னாள். ''பத்தரைக்கு நான் வருவேன்''

மனோஜின் மரணம் ஏதேச்சையாக நடந்தது. நன்றாகக் குடித்திருந்த அவன் கல்பட்டாவிலிருந்து மணியன்கோட்டுக்குப் போய்க் கொண்டிருந்தபோது தன் பையை பாரிலேயே வைத்துவிட்டது ஞாபகத்துக்கு வந்தது. அதில் மகளுக்கான மருந்து இருந்தது. அதை வாங்கத்தான் அவன் கல்பட்டாவுக்கே வந்திருந்தான். வழியில் கோகுலன் சாரைப் பார்க்கவில்லையானால் சாயந்திரமே வீட்டிற்கு போயிருப்பான். அறுவடைக் காலம்

ஆரம்பித்தால் புதுநெல்லின் தூசியில் அவருடைய மகளுக்கு மூச்சு வாங்கத் தொடங்கும். ஏழரை மணியானால் அவள் சுவாசிக்க முடியாமல் ஜன்னல் கம்பிகளைப் பிடித்துக்கொண்டு வில் போல வளைந்து நிற்பாள். அவளுக்கு எப்படி மூச்சிழுத்து விட வேண்டுமெனக் காண்பித்தவாறு மனோஜ் அருகிலேயே நிற்பான். ஆனால் கொஞ்சம் நேரம்கூட அவரால் அதைப் பார்த்துக் கொண்டிருக்க முடியாது. மற்ற எந்த வியாதியை விடவும் மரணத்தை நெருங்கும் வியாதி இது. ஒவ்வொரு மூச்சிரைப்பும் கடைசி மூச்சாக இருக்கும். மனோஜ் ஜீப்பைக் கல்பட்டாவுக்கு திருப்பினார். மண்டல அலுவலகத்தின் பக்கத்திலுள்ள ஏற்றத்தில் மிகவும் மெதுவாக ஏறும் மூங்கில் ஏற்றிவந்த லாரி வழிவிடாமல் அவருடைய பொறுமையைச் சோதித்தது. தீராத ஏற்றமாக இருந்தது அது. அவர் ஜீப்பை முன்னால் எடுத்த நேரத்தில், எதிரே வந்த பஸ் பிரேக் பிடிக்காமல் போனது. சரியானதென்று நினைத்து முன்னேறி லாரியைக் கடந்து அவர் கடைசி மூச்சிற்காக மன்றாடியபோது மகள் ஜன்னல் கம்பிகளில் பிடித்து நிற்கத் தொடங்கியதை அவன் கடைசி காட்சியாக பார்த்தான்.

எல்லோரும் மனோஜின் வீட்டிலிருந்தார்கள். சுமித்ரா அவள் வீட்டுக் கதவைச் சாத்திவிட்டு மாதவியின் வீட்டுக்குப் போனாள். புதியவர்கள் யாருமில்லாத அந்த இரவில் வாசல் திண்ணையிலமர்ந்து அவர்களிருவரும் பேசிக்கொண்டிருந்தார்கள். தூரத்தில் மனோஜின் வீட்டில் ஆட்கள் வருவதையும் போவதையும் இங்கிருந்தே பார்க்க முடிந்தது. காப்பிச் செடிக் கூட்டங்களுக்கிடையில் சிதை எரியத் தொடங்கியபோது சுமித்ரா அனிச்சையாக மாதவியின் கையை எடுத்து தன் கைகளுக்குள் புதைத்துக் கொண்டாள். அவள் கைகள் நடுங்கிக் கொண்டிருந்தன. மாதவி சொன்னாள், கடைசியாக வந்தபோது, போன தடவையின் உற்சாகம் இன்றில்லையே என்று என்னிடம் கோபித்துக்கொண்டான். அதன் பிறகு அவன் வரவேயில்லை.

உரையாடல்

ஆண்டிக்குருப்பின் வைத்தியசாலையிலிருந்து மகள் வயிற்று குழந்தையின் சிரங்கிற்கான கஷாயம் வாங்கிக்கொண்டு, பொயிலியின் பார்க்கவன் நேற்று காலை பதினொன்றரை மணிக்கு இந்தப் பக்கமாக வந்தபோது சுமித்ரா வயலில் சாய்ந்திருந்த முருங்கை மரக்கிளையிலிருந்து தழையைப் பறித்துக் கொண்டிருந்தாள்.

சிலரைக் கூப்பிடலாம், சிலரை கூப்பிடவே முடியாது. வெட்டின மரக்கிளையின் துருத்திக்கொண்டிருக்கும் கணுவில் இடித்த கணுக்காலைச் சொறிந்துவிட்டபடி பெரியகவுண்டர் சொன்னார். ''மூத்தவரோட அம்மாவைப் பாக்கலயே, அந்தம்மாவின் மூத்த மகனும் ஏற்கனவே இறந்துவிட்டார். அவனுக்குச் சின்னவன் இரண்டு வாரமாக கல்பட்டா தர்ம ஆஸ்பத்திரியில் இருக்கிறான், ரத்த வாதம்.'' சனிக்கிழமை வாசலில் நின்று அதிகாலையிலேயே எழுப்பியபோது கிழவி சத்தமாய்க் கேட்டாள். ''பெரிய கவுண்டர் தானே? உள்ள வரலியா?''

''உனக்கு இந்த தாடி சுத்தமா பொருந்தல.'' குஞ்ஞு கிருஷ்ணனிடம் கோபி சொன்னான். சபரி மலைக்குப் போய்விட்டு வந்த கிருஷ்ணன் இன்னும் கொஞ்சம் வளரட்டுமே என்று தாடியை எடுக்காமல் விட்டிருந்தான். திரும்பி வந்ததும் அவசரமாக பார்பர் ஷாப்புக்குப் போனால் அது தெய்வக் குத்தமாகிவிடாதா. பக்தியை போய்வந்ததும் சவரம் செய்து துடைத்தெறிவது நல்லதில்லை என்று அப்படியே விட்டிருந்தான்.

''எரிக்கிறதுதான் நல்லது.'' கோகுலன் சார் புதிதாகச் சேர்ந்திருந்த கிராம உதவியாளனிடம் சொன்னார். மண்ணுக்கு அடியில் ஒரு ஆள் இப்படி முழுசாய் படுத்திருந்தால், அதுவும் காலைவரை ஓடியாடி வேலை செய்து கொண்டிருந்த ஒரு பெண்... வீட்டிலுள்ளவர்களுக்கு எப்படி நிம்மதியிருக்கும்? தொண்டை குழியில சோறிறங்குமா? முதுகுப்புறம் முழுக்க முடியால் மூடியிருக்கும் சுமித்ராவை இரண்டுமுறைதான் பார்த்திருக்கிறார். பின்னாலிருந்து கூர்ந்து பார்த்தால் நாம் திரும்பி பார்ப்போமில்லையா அப்படி சுமித்ரா ஒருமுறை திரும்பிப் பார்த்தாள். நிலத்தில் வேலை பார்த்துக் கொண்டிருப்பவர்களுக்குக் காப்பி கொடுத்துவிட்டு திரும்பிக் கொண்டிருந்தாள் சுமித்ரா. வாசுதேவனிடம் வரவேற்பறையில் உட்கார்ந்து பேசிக்கொண்டிருந்த நேரத்தில் தேன் கலந்த தண்ணீரை எடுத்துக்கொண்டு வந்து தந்தபோது இன்னொருமுறை பார்த்திருக்கிறார். வயநாட்டின் தேன் கலந்த, அதிக குளிர்ச்சியான தண்ணீர் - வயநாட்டின் தண்ணீரிலிருந்து அதிகாலை முழுவதும் விட்டுப்போவதே இல்லை - கோகுலன் சாருக்குத் தாகம் அடங்கவில்லை. இன்னும் கொஞ்சம் கேட்கலாமா என்று தோன்றியது. ஆனால் கேட்கவில்லை.

''அது சரிதான் கண்முன்னே எரிந்து முடிந்து பஸ்மமாவதைப் பார்க்கலாமே.'' கிராம உதவியாளன் சொன்னான். தன் அப்பாவின் தகனம் முடியும் முன்பே அவரை மறக்கத் தொடங்கியிருந்ததை அவன் நினைத்துப் பார்த்தான். குளித்துவிட்டு வந்தவுடன் பசியால் அவன் துடித்துப்போனதும் ஞாபகத்துக்கு வந்தது.

சுமித்ராவை கேசவன் கண்ணிமைக்காமல் பார்த்துக் கொண்டிருந்தான். ஆட்கள் தன்னைப் பார்க்கிறார்கள் என்பதை அவன் உணர்ந்தபோது பலாமரத்தின், பூமி விட்டு எழுந்து நின்ற தடித்த வேரில் போய் உட்கார்ந்தான். வேரில் யாரோ மிதித்து நின்றதன் அடையாளமிருந்தது. குழிதோண்டிப் புதைத்ததால் கிளர்ந்து கிடக்கும் புதுமண்ணின் மீது, காப்பிச் செடிகளுக்கிடையில் கால் கழற்றப்பட்ட ஒற்றைப் பலகைக் கட்டிலில்தான் சுமித்ராவைக்

கோடித்துணி போர்த்திப் படுக்க வைத்திருந்தார்கள். கோடி வேட்டியின் மூலைகள் தேகத்தின் அடியில் செருகி வைக்கப்பட்டிருந்தன. யாரும் அவள் அருகில் இல்லாத ஒரு நிமிடம், அவள் அப்படி படுத்திருப்பது மிகப்பெரிய அநாதை தன்மையைக் கேசவனுக்கு உணர்த்தியது. இறந்துபோன மனிதன் எவ்வளவு தனியனாக ஆகிவிடுகிறான். அவள் பாதங்களைக் கோடித்துணிக்குள் இழுத்துவிட வேண்டுமென்று குளிரில் வளர்ந்த வயநாட்டு ஆட்களுக்கு ஏற்படும் சகஜமான மனநிலை அவனுக்கும் வந்தது. ஒருமுறை அசைந்து அவன் இன்னும் சரியாக உட்கார்ந்தான்.

"அடடா, சார் இன்னைக்குக்கூட குடைய மறக்கலயா?" ரயில் முன் பாய்ந்து தற்கொலை செய்துகொள்ள முயன்றபோது மறக்காமல் குடையெடுத்துக்கொண்டு போனவர்தான் சங்கரகுருப்பு. வெள்ளையூரில் தாண்டவாளத்தினருகில் ரயிலுக்காய் காத்திருந்த போது எதிர்பாராத நேரத்தில் ரயில் வந்துவிட குடையை போட்டு விட்டு தண்டவாளத்திலிருந்து குதித்தார். ரயில் போய் முடிந்த போது தண்டவாளத்திலும் வெளியிலுமாக ஆறேழு துண்டுகளாய் சிதறிக்கிடந்தது குருப்பின் குடை. அனிச்சையாக தான் தப்பிவந்த செயலின் முழு வடிவத்தையும் கண்முன்னால் பார்த்தார். தன் தலையின் வடிவத்தை ஒத்த பிரம்புக்குடையின் பிடியை அவர் எடுத்துப் பார்த்தார். மீண்டும் வயல் வரப்பினிடையே ஊருக்குள் திரும்ப சங்கர குருப்புக்கு தைரியம் வரவில்லை.

"இனி யாராவது பாக்கறவங்க இருக்காங்களா?" சிதைக்கு எடுத்து வைப்பதற்கு முந்தின நொடியில் கோடிவேட்டியின் நுனி எடுத்து முகத்தை மூடுவதற்காக உயர்த்திப் பிடித்தபடி கோபாலன் நாயர் பொத்தாம் பொதுவாக கேட்டார்.

"யாரோ ஓடி வருகிறார்கள்." காப்பிச் செடிகளின் கிளைகளை வெட்டி பாதை உருவாக்கிய தேவசியா சொன்னார். ஓடி ஓடி நெருக்கமாக வரும்போதுதான் அது சுமித்ராவின் தங்கை ரமணியும் அவள் புருஷன் சந்திரனும் என்று தாசனுக்குத் தெரிந்தது. மிகப்பெரிய

அலறலுடன் ரமணி காப்பிச் செடிகளுக்கு நடுவிலிருந்து வெளியே வந்தாள். தடித்த குள்ளமான வட்ட முகமுள்ள ரமணியின் அழுகை கொழுந்துவிட்ட தீபம்போல பெரிய நெருப்பாகி மீண்டும் அமைதியானது. பெரிதாக வராத அழுகையுடனும் சிவந்த முகத்துடனும் இருந்த அவளை, கோபாலன் நாயர் வீட்டிற்குக் கூட்டிப்போக சைகை காட்டுவதுவரை சுமித்ராவின் பக்கத்தில் நின்றாள். 'குளமூல' பத்மநாபன் நாயருக்கு அவளுடைய உணர்ச்சிக் கொந்தளிப்பாயிருந்த முகம் மிகுந்த அசௌகரியத்தைத் தந்தது. அழுகை விட்டகலாத முகங்களுக்கு மற்றவர்களை அழவைக்கும் சக்தி அதிகம். உணர்ச்சி மிகுதியால் அழும் பெண் முகங்கள் வழியாகச் செல்லும் தீர்த்த யாத்திரைதான் வாழ்க்கை என்று அவர் நினைத்தார்.

''என்னால் இப்பவும் நம்பமுடியல.'' புருஷு தாசனின் காதில் சொன்னான். தாசனும் சுமித்ராவைப் பற்றிதான் யோசித்துக் கொண்டிருந்தான். அவனுடைய அனுபவத்தில் மரணத்தை இவ்வளவு எதேச்சையாக மாற்ற சுமித்ராவைப் போல யாராலும் முடிந்ததில்லை. ஒருவேளை சுமித்ராவைப் போல தாம் நேசித்தவர் யாருமில்லாமல் இருக்கலாம். விபத்தில் ஏற்படும் மரணத்தில்கூட அதில் உட்பட்டவர்கள் நமக்கு நெருக்கமானவர்கள் இல்லையெனில் அது எதிர்பாராத மரணமாகிவிடும். அந்நிய மரணங்கள் அவ்வளவும் சகஜமான மரணங்கள். நீண்ட நாட்கள் படுக்கையில் படுத்த பிரியமானவர்களின் மரணம்கூட ஏதேச்சையானதுதான்.

''அது நம்ம செவிட்டு ஜோசப்போட மகன்தானே?'' எரியூட்டுவதை நன்றாகப் பார்ப்பதற்காக காப்பிச் செடிக்கிளையில் ஏறி உட்கார சரியான இடம் பார்த்துக்கொண்டிருந்த ஏழு வயது சிறுவனைப் பார்த்து மூலவயல் ராமச்சந்திரன், ஆனைமுட்டி குஞ்ஞு கிருஷ்ணனிடம் கேட்டார். கோமத்த லக்ஷ்மி பிள்ளைபெறுவாளென்று யாரும் நினைக்கவில்லை. காலையில் கன்றுபோட்ட பசு மத்தியானம் நடப்பதைப் போலத்தான் அவள் எப்போதும் நடப்பாள். எந்த வேலைக்கு கூப்பிட்டாலும் வந்து சேர்ந்தால்தான் நிலை. யார் எந்த

வேலை சொன்னாலும் உடனே உடம்பு முடியாமல் போய் படுத்துவிடுவாள். சாயந்திரம் ஆகும்போது தன்னால் சரியாகிடும் என்று எடக்குனி கிருஷ்ணன் சொன்னதின் விளைவாக அவள் மூன்று நாட்கள் காய்ச்சலில் படுத்திருந்தாள். கொட்டிய நெல்லைத் துழாவ கோணல் காலுள்ள கோமத்த லக்ஷ்மியைக் கூப்பிட்டால் போதாதா? என்று கேட்பான் மேனாங்குளத்து வேணு. இருந்தும் அவள் பிள்ளை பெற்றாள். செவிட்டு ஜோசப்பை உரித்து வைத்ததைப் போன்ற அவள் மகன் கர்ணனுக்கும் அவளுடைய நடையின் கோணல் வந்திருக்கிறது. சென்று சேரவேண்டிய இடத்திற்கு கொஞ்சம் முந்திப்போய்தான் அவனால் நிற்க முடியும். ஜோசப்பின் உடல்வாகையும் சேர்த்துக்கொண்டதால் அப்படி ஆகியிருக்கலாம். பையனுக்கு பிரேக்கை இறுக்க வேண்டும் என்று பார்ப்பவர்கள் சொல்வார்கள்.

“என்ன ஒரு அழகான நெற்றி.” அனுசூயா மேலே ஒதுக்கிவிட்டும் கூட, கீழேகீழே விழும் ஒரு கொத்துமுடி ஏற்படுத்திய முன்நெற்றி அழகைப் பார்த்து கோபி குஞ்னு கிருஷ்ணனிடம் சொன்னான். அந்த நெற்றித் தடம் சுமித்ரா தன் வாழ்வை முழுமையாக்கவில்லை என்று சொல்வதைப் போலிருக்கிறது.

“என்னாச்சு தாமோதரன் சாருக்கு?” காப்பிச் செடியின் நிழலில் சர்வேக்காரர்கள் கொண்டுவந்து போட்ட கல்லில் மௌனமாய் தனியே உட்கார்ந்திருந்தார். எப்போதும் தனியாக உட்காரும் ஆளில்லை அவர். நல்ல மனிதர், சமூக சேவகர். எளிமையான வாழ்முறையில் கதர் உடையை அணிந்து காந்தியவாதியைப் போலிருந்தாலும் அவர் ஒரு கம்யூனிஸ்ட். பொறுக்க முடியாத செயலை பொறுத்தே ஆக வேண்டுமென்று யாராவது சொன்னால் நான் என்ன பூமுள்ளி தாமோதரன் சாரா என்றுதான் ஆட்கள் கேட்பார்கள். அவர் நியாயம் சொல்வதை மதித்து, வாழ்வின் சிக்கலை நிறைவாய் முடித்தவர்கள் தான் அந்த ஊரின் பெரும்பாலான மக்கள், இப்போது ஈயும் பலாச் சுளையுமாக இருக்கும் சில தம்பதிகள். மற்றதெல்லாம் தோற்கும்போது

பூமுள்ளியில் தாமோதரன் சார்தான் கடைசி மருந்து என்று அந்த ஊர்மக்கள் சொல்வார்கள். தாமோதரன் சாருக்கு முன்னால் நிற்பதற்கு, தேவையில்லாத இடங்களில் எப்போதுமிருக்கும் செவிட்டு ஜோசப்பும் குளமூலையும் பயந்தார்கள். மாதவியின் தேகத்தில் கண் ஓட்டாமல் முகத்தை மட்டும் பார்த்து பேசக் கூடியவர் தாமோதரன் சார். அப்படி இன்னொரு ஆள் இருந்தாரென்றால் அது தாசன். தாசனால் முகத்தைப் பார்ப்பது போலவே உடலையும் பார்க்க முடியும். அவனிடம் பேசிப்பேசி அந்த ஊர் பெண்கள் மனிதத்துவம் அடைந்தார்கள்.

ஒன்றிரண்டு வாரங்களாகவே தாமோதரன் சார் உள்ளுக்குள் ஒடுங்கி இருந்தார். கோவில் சொத்திற்கும் வாரியரின் தோட்டத்திற்கும் இடையே உள்ளே தகராறைத் தீர்க்க தமோதரன் சாருக்காக மதியம்வரை காத்திருந்தவர்கள், அவர் வராமல் போனதால் கலைந்து போனார்கள். உடல்மீது அடுக்க சின்னச்சின்ன விறகுகளாய் சேர்த்துக் கொண்டிருந்த கோனோத்து பவித்ரனுக்கும் சந்திரனுக்கும் ஏன் அவர் இப்படி ஒதுங்கி நிற்கிறார் என்று தெரியும். இப்போது இங்கே இல்லாத கொல்லன் ஆறுமுகனுக்கும் தெரியும்.

சுத்தமும், நேர்த்தியும் உள்ள தேர்தல் கால கூட்டம் நடக்கும் இடம், உற்சவத்திற்கு பொரி மூட்டைகள் அடுக்கி வைக்கும் மூலை என பொதுவாக எல்லோரும் பயன்படுத்தும் இடத்தை யாரோ ஒருத்தன் தொடர்ந்து அசிங்கப்படுத்திக் கொண்டே இருந்தான். அங்கு நடப்பவர்கள் தெரியாமல் மிதித்து விடுவார்கள். மூலை என்பதால் பக்கத்தில் போன பிறகு தான் பார்க்க முடியும். பார்க்காமல் போய் விடவும் முடியாது. பார்த்து விட்டாலோ நாள் முழுக்க மனசில் அப்பிகொள்ளும். யார் இதைச் செய்வது? அப்படியே விட முடியாது. மனிதனை அருவெறுக்கச் செய்பவன் சாதாரண ஆள் இல்லை. அவனை அப்படியே விடக் கூடாது. விடியற்காலை மூன்று மணியிலிருந்து சாலையோர இளைஞி மரத்தடியில் கோனோத்து பவித்திரன், சந்திரன், ஆறுமுகனுமாய் மறைந்து நின்றார்கள். நாலரை மணி ஆன போது ஒரு நிழல் வந்தது. அது மெல்ல மெல்ல ஒரு

ஆளாய் தெரிய ஆரம்பித்தது. அந்த ஆணின் உருவம் நிலத்தில் கை வைத்து குனிந்து உட்கார்ந்து வேட்டியைத் தூக்கி பிருஷ்டங்களை வெளியே எடுத்தது. சட்டென ஆறு கால்கள் வட்டமிட்டு நிற்பதை பார்த்த அந்த உருவம் நடுங்கி போய் எழுந்தது. (நடுங்கி எழுவதைக் கேள்விப்பட்டிருக்கிறேன். நான் இப்போது தான் பார்க்கிறேன் என்று பவித்திரன் ஆறுமுகத்திடம் பிறகு சொன்னான்.) பார்த்தவர்களுக்குத் தான் மிகவும் கேவலமாய்ப் போனது. நிசப்தமாய் தலைகுனிந்து இரண்டு பேர் கிழக்கிலும், மற்றொருவன் மேற்கிலுமாகப் பிரிந்து போனார்கள். அன்று அவர்கள் பார்த்த தாமோதரன் சாரைப்பற்றி யாரிடமும் சொல்லவில்லை. தங்கள் பகுதியின் கௌரவத்தை அவர்கள் காப்பாற்றினார்கள். ஆனால் தாமோதரன் சாரோ எல்லோருக்கும் தெரிந்துவிட்டதே என்று நினைத்தார். அதற்கு பிறகு அவர் யாரிடமும் பேசவில்லை, யாரையும் பார்க்கவில்லை. ஆனால் ஒருவித கனமின்மையையும் அவர் உணர்ந்தார்.

"தாசா எடுத்திடலாம்" சுமித்ராவைச் சிதைக்கு எடுத்து வைக்கத்தான் அப்படி சொன்னார். அவளுக்காக அதுவரை பயன்படுத்தப்பட்ட வார்த்தைகள் மரணத்துடன் அற்றுப் போகிறது. வினைச் சொற்களாகவே வாக்கியம் முடிந்து விடுகிறது. "எடுக்க வேண்டாமா?, இறக்கிப்படுக்க வைங்க, குளிக்க வைக்கணும்". சுமித்ராவை குளிக்கவைக்க வேண்டாமா என்று யாரும் கேட்கவில்லை. வாழ்ந்து கொண்டிருப்பவர்களின் வாழ்ந்து கொண்டிருத்தலுக்கான அகங்காரம் அது. தாசனும், புருஷோத்தமனும், ரமணியின் கணவன் சந்திரனும், அப்புவும், ராமச்சந்திரனும், கோபியும் சேர்ந்து உடலுக்கு அடியில் வரிசையாய் கைகொடுத்து சுமித்ராவைத் தூக்கி சிதையை மூன்று முறை வலம் வந்தார்கள். சுமித்ராவின் சின்ன தங்கையின் மகன் வரதன் - கோடித்துண்டுக் கட்டிய, குண்டான, குள்ளமான ஒரு முட்டாள் - தனக்குச் சட்டென கைகூடிய முக்கியமான இடத்துக்காக சந்தோஷப்பட்டு தலையில் ஒரு மண்குடத்தில் தண்ணீருமாக அவர்களின் பின்னாலேயே நடந்தான். ஒவ்வொரு முறை வலம் வந்து

முடிந்தவுடன் கோபாலன் நாயர் கொடுவாளால் குடத்தைக் கொத்தி ஓட்டைப்போட்டார். மூன்றாவது வலம் வந்தவுடன் பானை உடைந்து வரதனின் ஆடையணியாத முதுகை நனைத்தபடி கீழே விழுந்தது. திடீரென அவனுக்குள் குளிர் பரவியது.

குன்றின் மேலேறி சின்னக்கவுண்டர் வருவதற்குள் சுமித்ராவை சிதையில் வைத்திருந்தார்கள். தாமதமாகி விடக்கூடாதென்று நினைத்து குருச்சியரின் தோட்டம் வழியாக நடந்து நேராக இங்கே வந்திருந்தார். கல்பட்டாவில் கைரளி ஹோட்டலின் வலதுபக்கத்தில் அன்று திறக்கப்படாத மளிகைக்கடையின் வராந்தாவில் நிற்கும் அஜிதாவையும் ஃபிலிப் எம். பிரசாத்தையும் போலீஸ்காரர்களையும் மாறி மாறி பார்த்துக்கொண்டிருக்கும் போதுதான் ஆறுமுகம் ‘வாசுதேவ அண்ணனோட மனைவி இறந்துட்டாங்க’ என்று சொன்னான். நிறைய பேரிடம் சொல்ல வேண்டிய செய்தியை ஒவ்வொருவரிடமும் விளக்கமாய் பேச முயன்று கொண்டிருந்தான் ஆறுமுகன். கல்பட்டா நீதிமன்றத்தில் ஆஜர்படுத்தியபிறகு வைத்திரி கிளைச் சிறைக்கு கொண்டு போகும் வழியில் சாப்பிட கைரளி ஹோட்டலின் முன்பாக நின்றிருந்தார்கள் போலீஸ்காரர்கள். வயநாட்டை பத்திரிகையின் முன்பக்கத்தில் கொண்டு வந்த செய்திக்கு இத்தனை சீக்கிரம், தான் சாட்சியான அதிர்ச்சியில் உறைந்திருந்தார் அவர். கடைசி பித்தானுக்கு பதில் நீளத்துணியில் முடிச்சிட்ட சட்டையும், பாண்ட்டும் அணிந்து, முள்குத்தி பழுத்து வலி எடுப்பதால் செருப்பணியாத பாதங்களுமாய் பெண்களுக்கில்லாத அசாத்திய அலட்சியத்துடன் அஜிதா நின்றிருந்தாள். எப்போதும், எங்கேயும் பார்க்க முடிகிற, அதனால் யாரும் பார்க்க முடியாத ஆளாயிருந்தான் ஃபிலிப் எம். பிரசாத். இன்னும் அங்கே நின்று வேடிக்கை பார்த்துக் கொண்டிருக்க முடியாது. கவுண்டருக்கு வாசுதேவனும், சுமித்ராவும் மிகவும் வேண்டியவர்கள். சுமித்ராவைத் தூரத்தில் பார்க்கும்போதே அவளோடு பேச வேண்டியதை எல்லாம் யோசித்துக் கோர்வையாக மனதில் வைத்திருப்பார். ஆனால் ஒரு முறையும் பேசியதேயில்லை.

“எங்க ஊரிலெல்லாம் இப்ப வெறகு வச்சு எரிக்கறதில்லை. அங்கெல்லாம் வறட்டிதான். ஆனா இங்கதான் மாமரத்துக்கு பஞ்சமில்லையே” பார்க்கும் இடத்திலிருந்தே பதினோரு மரங்கள் இருப்பதை கிராம உதவியாளன் எண்ணினான். பதினோரு பேருக்கு எரியூட்ட தேவையான கட்டைகள் இங்கே இருக்கின்றன.

ஜானகி அம்மா காய்ந்த விறகின் கொள்ளியாலேயே எரிந்து தீர்ந்தாள். மாமரக் கட்டையில் தீப்பிடித்த கொஞ்ச நேரத்திற்கெல்லாம் அவள் சாம்பலாகிவிட்டாள். பாவம். ஒரு ஆறு ராத்தல் கனமே இருந்தாள். பச்சை மாமர விறகு எரிய நடு நடுவே கொஞ்சம் காய்ந்த மாமர விறகும் போடுவார்கள். பக்கத்து வீடுகளில் இருப்பதைக்கூட எடுத்துக் கொள்வார்கள். வயநாட்டில் மாமரக்கட்டைகளை அடுப்பெரிக்கப் பயன்படுத்த மாட்டார்கள். என் மாமரம் என்று சொன்னால் அதில் மரணமும் உள்ளடங்கி இருக்கும். மனித உடலைப்போலத்தான் தீப்பிடித்துக் கொண்டால் நடு நடுவே வெடித்துச் சிதறி, பச்சையாய் எரியும் ஒரே மரம் மாமரம். ஆனாலும் காலநிலை மாற்றத்தினால் காய்ந்து போகும் எலுமிச்சை மரங்களும் கழித்து விடப்பட்ட காப்பிமரக் கிளைகளும் சோலை கழித்த விறகையும்கூடப் பயன்படுத்துவார்கள். வருடம் முழுவதும் எரித்தாலும் தீராது.

“அது ஒரு பாவப்பட்ட ஜென்மம்” கோளாம்பி வேலாயுதன் நாயர் சொன்னார். ஜானகிஅம்மா என்றால் எல்லோருக்கும் பரிகாசமானவள்தான். மடிவரைத்தொங்கும் பெரிய முலைகளைக் குலுக்கி அவள் வரும்பொழுது எழும் சிரிப்பைப் பிள்ளைகள் அடக்கமாட்டார்கள். முலைகளை முதுகில் தூக்கிப்போட்டுவிட்டு ஜானகி அம்மா முலைகளுக்கு அடியில் தேய்த்துக் குளிப்பாள். குனிந்து துணிதுவைக்கும் போது ஒரு முறை முலையைத் தவறிப்போய் எடுத்து கல்லில் அடித்திருக்கிறாளாம். மூலை அறையில் பழக்குலை அடுக்க ஏறி குலையை எடுத்து நிமிர முயன்ற அவள் சத்தமிட்டு அலற ஆரம்பித்தாள். அதில் மிதித்துதான் எழ

முயன்றிருக்கிறாள். ஒரு முறை மழைக்காலத்தில் காலையில் எழுந்து நிமிர்ந்து உட்கார்ந்தபோது ஒரு பேக்கன் தவளை அவளுடைய முலையின் அடியில் இருந்து பயமுறுத்தியவாறு வெளியே குதித்தது என அவளைப் பற்றி கதைகதையாய்ச் சொல்வார்கள். ஜானகி அம்மாவிற்கு ஒரே மகன். அவன் மனைவியின் வீட்டிற்கே போய் தங்கி விட்ட பிறகு ஒரு நாள் தூக்கில் தொங்கி இறந்தான். ஜானகி அம்மா பாலக்கரையிலும் மூலவயலிலுமென்று எந்த இடத்தில் வேண்டுமானலும் தூங்கினாள். மகன் அம்மாவைப் புறந்தள்ளிப் போனதிலிருந்து அவள் சொந்த வீட்டில் தூங்கவில்லை. மெது மெதுவாக அந்தக் கூரை வீடு செல்லரித்து உதிர்ந்தது.

“முறிந்து விழுந்தால் தான் முருங்கை மரத்திற்கு திருப்தி.” முறிந்து விழுந்த முருங்கைக் கிளையை, காலால் சிதைக்கு பக்கத்தில் நின்று அவரால் முடிந்த அளவு உருட்டி தள்ளிவிட முயன்ற படி தேவசியா சொன்னார். வெட்டிப்போட்டால் அதைச் சுற்றிலும் இலைகள் தழைத்து வளரும். முளைப்பதற்காகக் கிளையின் முடிவு வரை புறப்பட்ட இலைகள் பயணத்தைப் பாதியில் நிறுத்தி வெளியே வருகின்றன. இல்லாது போன கிளைகளின் இலைகள்தான் அவை. தேவசியா சுற்றிலும் பார்த்தார். தோட்டம் நிறைய முருங்கை மரங்கள் இருக்கின்றன. காப்பிச் செடிகளுக்கிடையில் உயர்ந்து பருத்த பட்டையுடனிருக்கும் சில மரங்களில் மிளகுக்கொடி ஏற்றப்பட்டிருக்கிறது. முருக்கும் வெண்முருக்கும் வாசுதேவனின் தோட்டத்தில் குறைவுதான். வாசுதேவனுடன் எப்போதாவது சாப்பிட உட்காரும் தேவசியா முருங்கைக் கீரை இல்லாத சாப்பாட்டை தான் சாப்பிட்டதில்லை என்பதை நினைத்துப் பார்த்தார். குனிந்து சாப்பாடு பரிமாறும் சுமித்ராவின் நிழல் அவர்மீது விழுந்து விடுமென்று தோன்றியது.

“சர்க்கஸ் வெள்ளிக்கிழமைவரை இருக்குன்னுதானே சொன்னாங்க” வண்ணான் உண்ணி சின்னகவுண்டரின் மகன் சுரேஷிடம் கேட்டான்.

"கலக்ஷன் இல்ல. பத்மாநாபன் நாயரையும் சேர்த்து நேற்று நாலு பேர்தான் இருந்தாங்க"

பத்மநாபன் நாயருக்கு சர்க்கஸ்காரர்கள் ஒரு பரிசாவது கொடுக்க வேண்டும். ஏனென்றால் அவர் தினந்தோறும் ஒரு ஷோவாவது பார்த்தார். உள்ளாடைகள் மட்டும் அணிந்த பெண் பிள்ளைகளைப் பார்த்து அவர் தினமும் உற்சாகமடைந்தார். 6680 ரூபாய் இழப்புக்கு (அன்று அந்த பணத்திற்கு வயநாட்டில் ஐந்து ஏக்கர் காபித் தோட்டம் வாங்கலாம்) ஒரு சின்ன ஸ்டீல் ஸ்பூன் வாங்கியவர்தான் குளமூல பத்மநாபன் நாயர். அய்யூத்து மைதானத்தில் கொட்டகை அடித்து இரண்டு வாரம் காட்சிகள் நடத்திய லீலா சர்க்கஸ் விட்ட ஏலத்தில் தான் அப்படி வாங்கினார். ஒரு வெள்ளை நிக்கர் அணிந்து குட்டிக்கரணம் போட்டு இழுத்துக் கட்டிய கம்பியில் கப்பும், சாசருமாக வெள்ளியோடன் ஆற்றின் மரப்பாலத்தைவிட சவுகரியமாக நின்றும், நடந்தும் வேடிக்கை காட்டிய வெளுத்த, சிவந்த அழகியான ஒரு தலச்சேரிக்காரிக்காகத்தான் அவர் அதை வாங்கினார். அவளுக்காக நாயர் விலையை ஏற்றி ஏற்றி சொன்னார். மிகப்பெரும் தொகைக்குக் கிடைத்த விசேஷமான அந்த ஸ்பூனை அன்று மாலையிலேயே அவருடைய மகள் பாலத்தின் மேலேயிருந்து விளையாடும்போது ஓடையில் தொலைத்தும் விட்டாள். பாலத்தில் உட்கார்ந்து காலால் வெகுநேரம் துழாவிப் பார்த்தபோதும் அது அவளுக்குக் கிடைக்கவில்லை.

"பத்திக்கிச்சு" கோபாலன் நாயர் சொன்னார். தேகத்தில் இப்போதுதான் நெருப்பு பற்றிப் பிடித்தது. உடலின் கொழுப்பு அக்னிச்சொட்டுகளாக எரிந்து முடிந்த விறகுகளின் மீது விழத்தொடங்கியிருந்தது.

"நேரமாகும். சின்ன வயசுதானே", வேலாயுதன் நாயர் சொன்னார். வெட்டிவேர், வத்தி என எல்லாவற்றின் மணமும் அடங்கின. சுமித்ரா சுவாசிக்க முடியாத துர்நாற்றமாக மாறினாள். ஆட்கள் தனியாகவும் இரண்டிரண்டு பேராகவும் கலையத் தொடங்கினார்கள்.

முன்பெல்லாம் எரிந்து முடிந்தது என்று உறுதி செய்த பிறகுதான் வந்தவர்கள் மயானத்திலிருந்து போவார்கள். மரணத்தின் சந்நதியில் அதிக நேரம் நிற்பதற்கான திராணி மனிதர்களிடம் குறைந்து கொண்டே வருகிறது. சுமித்ரா தாமதிக்கச் செய்த காரியங்கள் ஒவ்வொன்றும் ஒவ்வொருத்தருக்கும் ஞாபகம் வரத் தொடங்கியது. மாடுகளை அவிழ்த்துக் கட்ட, புஞ்சை நிலத்திற்குத் தண்ணீர் திறந்துவிட, மாலை நேரக் கதிரடிப்பதற்காக மாடுகளைத் திரட்ட, காப்பிக்கொட்டை பறிக்க, மிளகை அளந்து மூட்டை பிடிக்க... மரணத்திலிருந்து ஒளிந்து கொள்ளவும் அவர்கள் ஆசைப்பட்டார்கள்.